I0522951

dấu chân lang bạt II

DẤU CHÂN LANG BẠT
II

Tranh: Nguyên Khai

NHÂN ẢNH

2022

DẤU CHÂN LANG BẠT II

Song Thao
NHÂN ẢNH xuất bản
Bìa: Khánh Trường
Kỹ thuật: Tạ Quốc Quang
www.songthao.com
Copyright © 2022 by Song
Thao ISBN: 9781088035160

MỤC LỤC

MỞ

Cuốn "Dấu Chân Lang Bạt" Tập 1 được in vào năm 2016 gồm các bài du ký được viết trước và sau năm 1975. Trong lời MỞ lần đó tôi đã viết: "Cuốn du ký này ra đời là một phần kỷ niệm mà tôi muốn giữ lại trong tâm khảm, là những buồn vui trong cuộc đời nhiều di chuyển và lắm đổi thay của tôi".

Cuốn "Dấu Chân Lang Bạt" Tập 1 gồm tổng cộng 27 bài ký, trong đó có 14 bài viết trước năm 1975, đã đăng trên bán nguyệt san Thời Nay. Còn một số bài ký đã đăng trên tạp chí Văn Học ở Sài Gòn mà rất tiếc cho tới nay tôi chưa tìm lại được. Ngoài ra sách còn có thêm 13 bài viết sau 1975, đã được in rải rác trong các cuốn Phiếm của tôi.

Cuốn "Dấu Chân Lang Bạt" Tập 2 này là tiếp nối của Tập 1, ghi lại những chuyến đi của tôi từ năm 2016 tới nay, thời gian dài 6 năm. Những bài này cũng đã được in rải rác trong các cuốn Phiếm. Nay tôi tập hợp chúng lại và in thành một cuốn vì hai lý do. Thứ nhất có nhiều bạn đọc muốn đọc một lượt các bài du ký mà không phải mất công tìm kiếm trong các cuốn Phiếm. Thứ hai vì chính tôi, tôi muốn tiếp tục giữ lại những chuyến đi mà tôi rất thích thú như một kỷ niệm cho cuộc đời thích di chuyển của mình.

Cuốn sách dày khoảng gần 300 trang này, thua xa bề dày 550 trang của cuốn trước, tôi chưa dự tính in. Nhưng vì con virus Covid chen ngang vào cuộc đời của mỗi chúng ta khiến nhịp đi của tôi khựng lại trong hơn hai năm qua và, hơn nữa, đã làm tôi hầu như mất cái hứng khởi lên đường trong thời kỳ mà nhiều nỗi lo đánh bạt đi cái háo hức cần có trước mỗi chuyến đi. Tôi chưa muốn ngừng đôi chân hay đi của mình nhưng nghĩ thời gian này cũng nên coi như một chu kỳ ngưng nghỉ. Còn đi được nữa hay không, nhờ trời!

Thôi thì mời các bạn tiếp tục theo bước chân của tôi qua Ý, Cuba, vùng Maritime và thác Niagara của Canada, Alaska, Iceland, California, Qatar, Hawaii, Bồ Đào Nha, Thụy Sĩ, Thái Lan và thăm Cabane à Sucre *của vùng Québec, nơi tôi định cư.*

Một lần nữa, mời các bạn cột dây nịt an toàn và lên đường!

ALASKA, không chỉ có tuyết

Răng và mắt thay phiên nhau làm khó, níu chân cẳng tôi gần một năm trời. *Fix* xong hai chàng có cái tên văn vẻ *nhãn nha*, chân tôi tớn lên. Đi! Đi cho ra đi. Dân xứ tuyết nhất định đi tới quê hương của tuyết coi cái ổ của nàng tiên trắng nó ra sao. Cái chân hay đi nhất định leo lên tới đỉnh địa cầu coi có chóng mặt không. Vậy là Alaska thẳng tiến.

Nói cho oai vậy thôi chứ chân cẳng đâu mà leo chót vót. Phải nhờ tới con tàu đại dương. Ban ngày mênh mông nước, ban đêm tràn lan đe dọa. Tôi không vượt biển nhưng nhìn ra biển cả trong đêm tối, nghĩ tới những đồng bào liều mình trên những chiếc ghe nhỏ đi tìm tự do, tôi bỗng rùng mình.

Thân phận bèo bọt giữa sóng cả sao mà mong manh. Mấy ông bà bạn từng nhắm mắt lao mình ra biển cả trong cuộc hải hành hãi hùng lắc đầu lia lịa khi được rủ đi *cruise*. Biển cả vẫn là nỗi ám ảnh không dễ buông ra được.

Đi biển ngày nay chẳng mồ côi một mình mà đông tới mấy ngàn người. Cứ như đang ở một thành phố trên đất liền. Dân ta hầu như đều đã đi biển kiểu an toàn như vậy. Người thích, người không thích. Không thích vì ăn đồ tây suốt tuần ngán đến cổ. Có những bạn bè của tôi đã mang mì gói theo để ăn mặc dù ăn trên tàu chẳng tốn một cắc. Tôi được cái dễ nuôi nên chẳng cần cụ bị mì gói. Ăn nhà hàng hay ăn *buffet* trên tàu tôi đều khoái. Bởi vì tính ưa phiêu lưu, thích của lạ. Thực phẩm trên tàu có rất nhiều thứ lạ mà chúng ta không có dịp nếm qua trong cuộc sống thường nhật. Nhất là kỳ này đi tàu của Âu Châu nên *buffet* cũng khác các chuyến đi *cruise* trước. *Buffet* thay đổi hàng ngày, mỗi ngày có một…chủ đề. Ngày nhấn mạnh vào thức ăn Á Châu, ngày Mễ, ngày Bắc Mỹ. Lại có ngày dọn thức ăn Bắc Âu có nhiều món lạ hoặc mà cái lưỡi của tôi chưa bao giờ biết tới mùi vị. Có thứ ăn thấy ngon, có thứ không thấy ngon, nhưng đằng nào cũng là một khám phá lạ. Của lạ thường hấp dẫn. Ăn tại các nhà hàng chuyên biệt thực phẩm của từng nước còn lạ ác. Nhà hàng Ba Tây có những nhân viên vác từng xâu thịt đi mời từng bàn. Đủ thứ thịt: bò, gà, bê, cá, tôm, mực. Thứ nào cũng được nướng trên than thơm phức. Nhưng thịt nào cũng chẳng bằng thơm để nguyên trái nướng vàng óng ăn vào chua chua ngọt ngọt đã cái họng. Nhà hàng Nhật Bản xếp thực khách tám người ngồi thành vòng hình bán nguyệt, được một anh đầu bếp phục vụ hết sức ồn ào. Trong bộ đồ Nhật, anh múa dao, tung lên như làm xiếc, gõ ầm ỹ xuống vuông bếp kim loại, miệng nói lia chia trong khi nấu.

Ăn đã vậy, chơi cũng đã. Muốn sát phạt có sòng bài, muốn rửa mắt có các *show* trình diễn mỗi tối trong rạp hát chứa cả ngàn người. Tiếng nhạc vang lên trong các *bar* và nhà hàng. Mỗi nơi một loại nhạc. Loại nào cũng có khách ngồi thưởng thức. Tôi chỉ khoái loại nhạc thời các thập niên 60 và 70 mà các khách trẻ chê là nhạc…già. Nhưng nghe lại âm điệu của những ban *The Platters, The Carpenters* hoặc *Abba* chẳng khoái sao? Hình như phần lớn du khách thích loại nhạc này. Một anh bạn giải thích: "Dân đi *cruise* vào thời điểm chưa tới hè này đa số là các ông bà già nên loại nhạc…già này đông khách là đúng chỉ số!". Có lẽ ông bạn tôi phán đúng vì ba anh Phi Luật Tân hát loại nhạc này được xếp cho hát mỗi tối tại đại sảnh. Người nghe đứng ngồi chật cứng. Một buổi tối, một ông da trắng lớn tuổi vác ly rượu qua hỏi ngồi chung với bàn chúng tôi. Chúng tôi gồm hai cặp: vợ chồng tôi và vợ chồng chú em tôi ở Houston, người chăm sóc phần kỹ thuật cho những cuốn sách của tôi, tất cả đã hưu hiếc từ lâu. Ông hỏi chúng tôi có phải là người Việt Nam không. Tôi hỏi lại: "Sao ông biết?". Ông cười: "Biết chứ, tôi đã phục vụ hai lần tại Việt Nam trong thời chiến. Nhìn người Việt Nam là biết liền!". Ông vỗ đầu rồi bật ra cái tên: "Bin Hoa!". Phát âm lơ lớ của ông làm tôi phải ngẩn người ra một lúc mới…dịch ra được địa danh Biên Hòa! Chúng tôi nâng ly chúc mừng nhau, cứ như tha hương ngộ cố tri. Ông nói về Sài Gòn những ngày chinh chiến. Tôi hỏi ông: "Ông đã tốn bao nhiêu tiền cho *Saigon Tea*?". Ông phá ra cười: "Nhiều lắm!". Chuyện một hồi, ông trở về bàn, nói chi với bà vợ. Bà ngoắc tay chào chúng tôi. Cả tiếng đồng hồ sau, ông lại lom khom qua bàn chúng tôi. Chỉ để nói tới một địa danh mà có lẽ ông vận dụng hết đầu óc mới bật ra được: "Di An". Dĩ nhiên tôi cũng phải vận dụng đầu óc để cố dịch ra địa danh: Dĩ An! Từ đó chúng tôi là…đồng hương, gặp nhau đâu cũng tay bắt mặt mừng.

Ông cựu lính Mỹ *GI* tên Tom này là một bợm nhậu. Trên tàu cái chi cũng *free* ngoại trừ chất cồn. Thiệt oái oăm! Ngồi nghe nhạc mà không có tí cay mất thú. Tuy không được coi là một thứ bợm như ông bạn vui tính Tom, tôi cũng thường "lỳ một lam" mỗi tối khi nghe những bản nhạc gợi nhớ cả một dĩ vãng chưa muốn quên. Nỗi nhớ thật nhức nhối vì giá chất cồn trên tàu đắng ngắt. Rượu đã mắc lại thêm tiền *tip* tính thẳng băng trong *bill* 18%. Chưa hết khổ. Phía dưới lại còn hàng chữ ác ôn để cho tửu khách điền vào: *additional tip*. *Tip* thêm! Cô hầu rượu có kèm cây viết vào hóa đơn. Chẳng lẽ làm lơ? Cũng phải điền vào cho phải phép. Tay làm sao nỡ vẽ con số không tròn vành vạnh. Mất mặt bầu cua chết! Đành phải ghi vào một con số. Vậy là *tip* chồng trên *tip*. Mấy cô cậu bán rượu lảo rảo vòng quanh mời mọc hoài. Người mời chúng tôi uống rượu mỗi tối là một cô bé Á châu tươi tắn dễ gây cảm tình. Cô tên Huiling. Người Hoa. Biết như vậy vì trên bảng tên có ghi quốc tịch và hình quốc kỳ của nước đó. Tất cả có 67 quốc tịch phục vụ trên tàu. Phần lớn là người Á châu, một phần nhỏ là dân Đông Âu. Dân Phi Luật Tân chiếm đa số. Nói chuyện tầm phào, Huiling cho biết cô mới từ Thượng Hải qua làm việc được hai tháng. Mẹ cô vẫn còn ở Thượng Hải. "Có nhớ nhà không?". Tưởng câu hỏi làm xót xa cô nhỏ mới xa xứ, ai ngờ cô bé cười toe trả lời: "Không, không nhớ chút nào cả. Nơi nào có thực phẩm đầy đủ là…nhà!". Kể ra cuộc sống trên tàu của cô quá đầy đủ. Ăn ở không tốn một cắc, lương tháng hai ngàn đô gửi thẳng về cho mẹ. Bộ không tiêu pha gì mỗi khi được xuống bến sao? Thì tiêu bằng tiền *tip* cũng thừa mứa. Máu nhà báo làm tôi muốn đi sâu vào cuộc sống của những…tù nhân trên tàu. Họ làm việc 8 tháng liên tục rồi nghỉ hai tháng về chơi với gia đình. Một anh người Phi có vợ, hai con, nói với tôi: "Vậy là đủ rồi!". Anh công nhận là đi làm kiếm tiền vui hơn. Hỏi một anh người Indonesia trẻ tuổi: "Yêu đương ra sao?". Anh cười cười không nói. Trên tàu có trai có gái, chắc cũng có những mối tình nở vội. Lại chai mặt hỏi tiếp một anh tre trẻ khác người Thái Lan: "Lỡ hai người yêu nhau muốn cưới nhau cho ấm áp thì sao?". Anh nói ngay: "Cưới được chứ!". Cưới xong có được một phòng riêng không? Anh lắc đầu: "Không. Vẫn ai ngủ khu đó. Nam với nam, nữ với nữ!" Tò mò tra hỏi tiếp: "Vậy thì đâu có ra vợ chồng?". Anh phá ra cười lớn: "Quy định là như vậy nhưng vẫn có cách chứ!". Chẳng lẽ hỏi tới nữa, tôi đành hiểu ngầm. Dzậy đó!

Lắc lư con tàu đi! Câu hát của một bài hát mà tôi quên tên không đúng với con tàu chúng tôi đi. Tàu êm rơ. Nếu không nhìn ra biển chắc tưởng mình đang ở trong một khách sạn nào đó trên đất liền. Chỉ thấy mình đang ở trên tàu khi thỉnh thoảng từ loa phóng thanh báo có cá voi để du khách giương máy hình bấm lia lịa. Nghe tưởng thấy cá voi nguyên con chơi đùa trên biển nhưng thực ra chỉ thấy tăm của cá voi. Có khi thấy một vòi nước phun lên, có khi thấy cái đuôi đen xì quẫy một cái rồi mất tăm mất tích. Chú cá được chờ đón chiêm ngưỡng y như một thiếu nữ e lệ trốn tránh cặp mắt của tha nhân. So sánh như vậy e khập khiễng. Làm chi có thiếu nữ e lệ mang thân hình cá voi!

Càng tới gần đỉnh địa cầu, tiếng báo có băng hà trên biển làm mọi người hồi hộp. Tôi cũng mở máy hình sửa soạn chộp được những bức ảnh hiếm quý. Trong đầu tôi nghĩ là tảng băng hà to như những tòa nhà cao tầng lừng lững trôi trên biển nhưng khi thấy mọi người xôn xao chỉ chỏ, mắt tôi chỉ thấy vài tảng băng to bằng chiếc bàn lẹt đẹt trôi. Thất vọng não nề. Cái thứ băng hà bằng cái lỗ mũi này thua xa những đám tuyết tại Montreal. Đi Alaska vào cuối tháng 5, tháng giá *cruise* mắc nhất, cốt là để coi băng hà khổng lồ khi chưa bị mặt trời thiêu chảy. Vậy mà băng hà như một đứa trẻ còi cọt. Cũng chả trách được băng hà. Hiệu ứng nhà kính do con người tạo ra làm trái đất nóng hơn đã thay đổi thiên nhiên. Bắc cực đang được…giải phóng khỏi băng tuyết đọng lại từ bao nhiêu thiên niên kỷ. Tôi tưởng tới kịp để coi được băng giá Bắc cực, ai dè mình cũng chậm chân. Con người trên mặt đất cũng đang chậm chân. Rồi đây khi băng tan, mực nước biển dâng lên, nhiều phần đất sẽ chìm dưới mặt nước, thời tiết sẽ thay đổi, con người hình như chưa sẵn sàng thích ứng với đổi thay của đất trời.

Tàu đi thì phải tới. Chuyến tàu này sẽ đưa du khách tới ba địa điểm: Ketchikan, Juneau và Skagway. Bước dừng đầu tiên Ketchikan chỉ là nơi để du khách mua những sản phẩm đặc biệt của Alaska. Cá hồi xông khói là thứ du khách ưa chuộng nhất. Ai cũng thủ vài hộp về làm quà. Thành phố toàn là những cửa tiệm bán cho du khách. Dân số tám ngàn người nơi đây sống nhờ du khách. Chạy từ cửa tiệm này qua cửa tiệm khác đụng đầu toàn du khách. Ba con tàu tới một lượt đổ xuống trên mười ngàn du khách, áp đảo con số cư dân của thành phố. Vậy thì cư dân núp ở đâu? Họ đang bận thu tiền tại các cửa tiệm! Du khách tạm thời làm chủ thành phố với từng đoàn người lũ lượt đi lên đi xuống. Tay người nào cũng khệ nệ những giỏ đồ chứa những chiến lợi phẩm vừa thu nhặt được sau khi đã hào phóng rút ví tiền ra lia lịa.

Bước dừng…tàu thứ hai là Juneau. Cái tên nghe lạ hoắc. Vậy mà đây lại là thủ đô của Alaska! Trong trí tôi vẫn đinh ninh thủ đô của Alaska là Anchorage. Juneau có diện tích tới gần tám ngàn rưởi cây số vuông. Lớn xác nhưng dân chẳng có bao nhiêu. Theo thống kê vào năm 2010 thì dân số Juneau, kể cả vùng ngoại ô, là 31.276 người. Tha hồ duỗi chân duỗi cẳng! Dân số này được gia tăng khoảng sáu ngàn người mỗi ngày nhờ đoàn du khách từ trên các chuyến *cruise* đổ xuống từ tháng năm tới tháng chín mỗi năm.

Cái tên Juneau tưởng là lạ hoắc nhưng lại có gốc rễ từ xứ Quebec chúng tôi. Đó là tên của ông Joe Juneau, một dân đi tìm vàng tại Alaska. Trước đó nơi này có tên là Rockwell, rồi đổi thành Harrisburg. Cái tên Harrisburg cũng là đặt theo tên của một…đồng chí tìm vàng của ông Juneau là ông Richard Harris. Ông này có phải cũng là dân Quebec không thì tôi không rõ nên không dám nhận vơ.

Xuống bến Juneau có không biết cơ man nào là tua du

lịch. Dân làm ăn mang xe và cả trực thăng ra giăng đầy bến xuống tàu để câu du khách. Tùy theo sở thích, du khách có thể mua tua đi coi cá voi, đi câu cá hồi, coi xưởng chế biến cá hồi, đi xe do chó kéo hoặc đi coi băng hà. Thấy cả chục chiếc trực thăng chờ đón để chở du khách đi coi băng hà, tôi tưởng tua cưỡi trực thăng là đắt nhất. Nhưng tôi bé cái lầm. Tua trực thăng chỉ có 355 đô. Tua mắc nhất là tua đi xe do chó kéo, giá tới 955 đô lận! Chó có giá hơn trực thăng, kể cũng ngược đời. Tôi không thích trực thăng, cũng chẳng thích chó, nên bắt cái tua đi coi vườn hoa và băng hà, giá chỉ một trăm đô. Vườn hoa có chi mà coi, hoa nào chẳng giống nhau. Nói vậy là biết một mà chưa biết hai. Vườn hoa này độc đáo ở chỗ trồng ngược. Hoa trồng ngược làm sao ngóc đầu lên được, ai cũng nghĩ vậy. Họa có điên mới làm chuyện ngược đời như vậy. Nếu không điên thì cũng phải là dân tu hành! Chuyện này do chú em họ tôi đi tu dòng Lasan ở Sài Gòn ngày xưa kể lại. Ngày vào nhà tập, các *frère* dẫn mấy anh lính mới ra làm vườn. Chú em tôi trồng hoa. Đào lỗ xong, chú đặt rễ cây hoa xuống, một *frère* ra mắng: "Ai bảo trồng vậy? Trồng đầu có hoa xuống đất, rễ lên trời!". Chú em tôi ngạc nhiên nhưng, sau một vài giây đắn đo, đã làm theo ý bề trên. Một anh khác cãi lại khi được lệnh trồng ngược ngạo như vậy. Kết quả chú em tôi được ở lại tu, anh kia bị cho về nhà trồng hoa theo kiểu…cổ điển. Đó là bài học thử đức tính vâng lời của một tu sĩ!

Vườn hoa ở Juneau không tu tiếc chi nên hoa được trồng đúng theo kiểu cổ điển nhưng khác là hoa được trồng trên rễ cây cổ thụ. Cứ ấm a ấm ớ nói như vậy, ai hiểu nổi. Nói có

Hoa trồng trên cây lộn ngược.

đầu có đuôi đàng hoàng thì như thế này. Vườn hoa tọa lạc trong một vùng vốn ngập nước khi xưa. Có nhiều cây cổ thụ bị ngả nghiêng chổng rễ lên trời, hoa mọc bám theo những rễ cây này. Các nhà thiết kế thấy ngộ nghĩnh nên đã tạo nên một vườn hoa theo kiểu chổng rễ lên trời. Họ lấy các cây cổ thụ bị ngã, cưa gốc cây dài khoảng vài thước, để nguyên rễ cây rồi trồng ngược lại. Rễ cây nằm phía trên. Họ trồng hoa trên đám rễ này. Cả một vườn hoa như vậy khiến khung cảnh rất lạ mắt làm du khách ào ạt tới chiêm ngưỡng. Vườn hoa độc đáo này đã chiếm được nhiều giải thưởng.

Vùng băng hà *Mendenhall Glacier* là nơi chúng tôi tới sau vườn hoa trong *Tongass National Forest*. Đây là nơi ngắm băng hà nổi tiếng nhất của Alaska. Những ngọn núi san sát nhau đội khăn tuyết trắng trên đầu là một khung cảnh

Núi đội tuyết trắng.

Bắc cực!

Núi, biển và tuyết.

hùng vĩ. Nhưng cái mà tôi tìm kiếm là những tảng băng hà trôi trên nước thì vẫn chán phèo. Cũng chỉ có những tảng băng lớn chỉ bằng cái bàn trôi nổi trên nước biển! Người ta cho biết là vùng băng tuyết này đang hẹp dần cả chiều ngang lẫn chiều cao.

Chặng dừng…tàu cuối cùng khiến mọi người hồi hộp. Skagway! Đây là một điểm đổ bộ nhỏ xíu nhưng tại sao hành khách hồi hộp, chuyện đó nói sau. Chừ nói chuyện thành phố *mini* này trước. *Mini* về diện tích, chỉ có 1200 cây số vuông trong đó 1170 cây số vuông là đất liền, còn 31 cây số vuông là nước. *Mini* về dân số: theo thống kê chính thức vào năm 2010, dân số là 920 người! Dân số này được tăng gấp ba bốn lần khi có tàu đổ du khách xuống. Ông tài xế xe chúng tôi đi cho biết thêm một vài chi tiết. Mới tuần trước khi chúng tôi tới, có 11 học sinh tốt nghiệp trung học. Chưa tới ngàn cư dân nên thành phố không có bệnh viện, chỉ có một bệnh xá nhỏ do y tá coi. Cả thành phố không có bác sĩ. Nếu bị bệnh ngoài tầm tay y tá, bệnh nhân được chuyển qua thủ đô Juneau. Bệnh nặng hơn phải chuyển tới Seattle. Thực phẩm và đồ gia dụng được chuyển từ Seatlle tới hai ngày một lần.

Tí hon như vậy nhưng xe cộ chở du khách dập dìu mỗi ngày trong mùa du lịch từ tháng 5 tới tháng 9 mỗi năm. Các tài xế xe thường có nhà ở các thành phố lớn trên đất Mỹ. Họ chỉ tới Skagway trong mùa làm ăn. Xe chở chúng tôi bữa đó gồm tới 20 trự Việt Nam, chỉ có hai trự da trắng. Khi bốn người chúng tôi bước lên xe thì xe đã gần đầy, toàn đầu đen. Nhìn nhau một lúc, ờ e một hai câu mới biết toàn con rồng cháu tiên trên xe. Nhóm 16 người kia là dân Cali đi chơi theo đoàn. Hai trự da trắng được đón sau cùng lên xe trong sự ngỡ ngàng của cả hai phía. Tiếng Việt là ngôn ngữ chính trên xe. Xe chở chúng tôi đi dọc theo xa lộ lên tới biên giới Mỹ-Canada. Lượt về sẽ cưỡi xe lửa mang tên *White Pass&Yukon Road* len theo núi về lại Skagway. Đi xe lửa cổ lỗ sĩ với đường rầy hẹp là thứ kéo du khách tới Skagway.

Xe lửa tại Skagway sắp chui vào đường hầm trong núi.

Xe lửa men theo triền núi

Có nhiều hãng du lịch khai thác con đường xe lửa này. Nếu lười biếng, khách có thể mua vé trên tàu với giá gấp đôi giá mua trước trên *internet*. Chúng tôi dĩ nhiên chẳng thừa tiền nuôi chủ tàu nên đã mua vé trước với giá chỉ 135 đô Mỹ. Vé giá nào cũng đi chung một chuyến tàu. Đoàn tàu này vốn là đoàn tầu chuyển quặng vàng khai thác được nên có từ năm 1898, thời dân chúng đổ xô đi đào vàng. Sau một thời gian nằm ụ khi chuyện đào vàng chấm dứt, tàu được chuyển qua chở khách du lịch vào năm 1981. Nhưng hồi đó du khách ít nên nhà khai thác lỗ vốn phải đóng cửa vào năm 1982. Mãi tới năm 1988 mới hoạt động lại cho tới ngày nay. Đoàn tàu vẫn dùng các toa xe cổ từ khi thành lập. Năm 2007 có đóng thêm bốn toa mới. Mới nhưng vẫn theo kiểu cổ ngày xưa. Xe hơi chở chúng tôi vượt biên giới qua Yukon của Canada. Chẳng anh lính biên cương nào hỏi giấy tờ chi cả. Anh lính bữa chúng tôi tới còn trẻ, rất đẹp trai, chẳng hiểu sao lại bị đầy lên miền heo hút này, nhưng rất vui vẻ, tươi cười chào hỏi du khách bằng câu: *"Welcome to Canada!"*. Tới lượt tôi, tôi xưng là dân Canada, khỏi chào đón. Anh lính bắt tay tôi, cười xòa: *"Welcome Home!"*. Tôi giễu ngay: "Tôi trở về nhưng về lộn chỗ!". Anh lính trẻ giễu theo: "Vậy ông quay lại Mỹ và nhớ về cho đúng chỗ nhé!".

Đường quay về Mỹ, tôi ngự trên chiếc xe lửa cổ lỗ sĩ nhưng sơn phết hai màu xanh lá cây và vàng như mới. Xe len lỏi theo triền núi, có lúc vượt qua những chiếc cầu gỗ cheo leo mà hành khách không dám nhìn xuống vực sâu phía dưới, có lúc chui vào những đường hầm trong núi tối om, lại có lúc len lỏi giữa một bên núi cao, một bên vực sâu. Đẹp thì quá đẹp nhưng teo thì quả có teo. Lỡ xe chơi trò trật đường rầy thì bỏ mẹ! Có khi nào xe trật đường rầy không? Nhắm mắt cầu mong là không nhưng sử sách còn đó. Đã có bốn tai nạn xảy ra vào các năm 1951, 1994, 2006 và 2007 nhưng toàn là các vụ xe lửa đụng với các phương tiện khai thác đá và sửa chữa đường. Vụ mới nhất xảy ra vào ngày 23 tháng 7 năm 2014 có liên quan tới đoàn tàu chở du khách. Hai đầu máy và bốn toa xe chở du khách bị trật đường rầy khiến bốn nhân viên và 19 du khách bị thương. May là chỉ bị nhẹ nên được chữa chạy ngay tại Skagway.

Cả chuyến du ngoạn Alaska chỉ có chuyến xe lửa cổ xưa đi lên theo núi là đáng đồng tiền bát gạo nhất. Nếu hỏi có đi lại nữa không, tôi sẽ lắc đầu ngay. Có lên gân tới đâu thì cũng phải có lúc teo. Vả lại, tôi chỉ muốn tận mắt chứng kiến những tảng băng hà nguy nga trôi trên biển nên mới lặn lội leo lên tuốt đỉnh địa cầu, nhưng băng hà nay đâu còn trụ lại để hội ngộ với tôi.

Biên giới Canada ở Yukon.

Biên giới phía Mỹ.

Đáng lẽ tôi đã hội ngộ với băng hà từ nửa thế kỷ trước. Ngày đó, tháng chạp năm 1967, trên chuyến bay từ Mỹ về Việt Nam, máy bay có ghé phi trường Anchorage để đổ xăng. Vài tiếng đồng hồ trên đất Alaska vừa đủ cho tôi lang thang trong phi trường và chụp hình với chú gấu khổng lồ chỉ có bộ da là thật. Ngày đó nếu máu phiêu lưu của tôi đậm đặc hơn, chắc tôi sẽ ở lại ít ngày để chạm mặt băng hà. Giờ thì quá muộn. Thế giới quả đã thay đổi!

06/2017

CUBA, ao nhà của dân Canada

Mỹ và Cuba bình thường hóa quan hệ ngoại giao sau 53 năm ngoảnh mặt làm ngơ nhau kể từ khi ông râu xồm Fidel Castro làm cách mạng xã hội chủ nghĩa. Hai bên nghỉ chơi nhau lâu quá rồi nên ít ai nghĩ tới cuộc làm hòa lịch sử này. Vậy nên khi *tonton* Obama và Chủ Tịch Cuba Raoul Castro cùng tuyên bố tại thủ đô hai nước, thế giới ngỡ ngàng. Người không ngỡ ngàng có lẽ là Giáo Hoàng Francis bởi vì Ngài là đầu mối của việc hòa giải này. Chính phủ Canada cũng không ngỡ ngàng vì đất nước này đã cho mượn chỗ để hai bên đi đêm với nhau suốt một năm rưỡi trước khi đi tới thỏa thuận. Vui mừng thì dân chúng Cuba vui nhất, cứ như một anh mù được mở mắt nhìn lại ánh sáng mặt trời! Không vui là cộng đồng dân Cuba ty nạn Cộng sản tại Mỹ mà nơi tụ tập đông nhất là Miami, tiểu bang Florida. Cũng không vui là dân Canada, nhất là những người cư ngụ tại phía đông như dân Quebec chúng tôi. Từ nay chúng tôi mất một mảnh ao nhà!

Nói Cuba là ao nhà của chúng tôi thật không ngoa. Tôi có ông anh họ ở bên Mỹ, cũng một chân đi đây đi đó nhiều nơi, vậy mà ước vọng được đi Cuba của ông ấy chưa thành. Bởi vì dân mang quốc tịch Mỹ hầu như không được bén mảng tới vùng biển này, trừ những người được phép đặc biệt. Ông ấy phôn qua tôi hỏi lối đi vòng vo: ông sẽ sang chơi với tôi và từ Montreal bay qua Cuba. Ông anh tôi vốn không được can đảm nên tôi cho ông ấy biết là đi thì được nhưng khi về lại Mỹ, có được hỏi thăm sức khỏe thì ráng chịu. Ông ấy sức khỏe rất bình thường nhưng chỉ phải cái bệnh yếu gan và yếu tim nên chẳng chơi dại. Bi chừ, sau bước Mỹ bỏ cấm vận Cuba chắc chắn sẽ xảy ra trong một tương lai gần, ông ấy có thể ung dung bay từ Miami sang Cuba, chỉ mất có 40 phút ngồi máy bay! Ông anh tôi đi được thì mấy ông Mỹ khác cũng đi được, miền đất biển xanh sẽ đông đúc, dân Mỹ sẽ tràn ngập các bãi biển. Hậu quả là dân Canada chúng tôi phải chi nhiều đô hơn cho những cuộc bay qua ao nhà tắm táp.

Ông ký giả Josh Freed của báo *The Gazette* ở Montreal cũng cả lo như tôi. Vừa nghe tin bình thường hóa quan hệ giữa hai cựu thù, ông viết ngay một bài bình luận than thở:

"Nơi đây thường đông đảo các con chim trốn tuyết người Quebec, chỉ một chuyến bay ngắn ngủi tới một vùng tịnh không có một vảy tuyết, nơi chúng tôi là vua. Nhưng nay, những ngày vui đó đã chấm dứt, từng đàn từng lũ người Mỹ đã sẵn sàng tới đó. Bởi vậy tình thân của chúng ta không còn như xưa nữa!".

Từ Montreal bay qua tắm biển ở Cuba chỉ là một cái búng tay với chúng tôi. Rẻ rề. Cả tiền máy bay, tiền khách sạn và ăn uống rượu chè thả cửa trong một tuần lễ cũng chưa tới con số bạc ngàn. Có những lúc chỉ còn bốn năm trăm! Sang tới đó, đồng tiền Canada chúng tôi dắt lưng mang theo là đồng tiền…vàng. Tôi có chút kinh nghiệm về chuyện này. Ngay tại khách sạn, khi đổi ra tiền Cuba để tiêu pha, tiền Canada trội hơn tiền Mỹ. Chơi với anh Cộng sản vốn ngoa ngoắt, phải cẩn thận từng chút một. Trên giấy tờ chỉ dẫn thì một *peso* của Cuba ăn một đô Mỹ. Đây là thứ *peso hoán chuyển (Cuban Convertible Peso)* gọi tắt là CUC. Đồng đô Mỹ lên xuống thế nào thì trị giá của đồng CUC này cũng lên xuống theo cho đúng với trị giá bằng nhau. Thứ tiền "lai Mỹ" này chỉ có sau khi khối Cộng sản Âu châu sụp đổ vào năm 1989-1990. Khi đó đồng *peso* bị mất giá nặng nên chính phủ Cuba mới vội vàng chế ra đồng tiền lai căng này để có thể thu tóm ngoại tệ. Từ khi có CUC thì du khách và dân chúng không được tiêu dùng các ngoại tệ khác trên toàn quốc Cuba. Cái lợi của dân Canada chúng tôi là khi đổi ngoại tệ tại các quầy đổi tiền chính thức có ngay tại khách sạn hoặc các địa điểm du lịch thì tiền Canada cứ đổi thoải mái trong khi đồng đô Mỹ phải trừ đi 10% tiền dịch vụ. Chắc đây là trò đánh lén anh tư bản thù nghịch Mỹ! Còn dân bản xứ Cuba vẫn phải tiêu thứ tiền *peso* mất giá mà phải 25 *pesos* bản xứ mới ăn 1 *peso CUC*.

Nhập nhằng như vậy nên du khách thường nhầm lẫn khi mua bán với dân bản xứ. Nhưng lo lắng như vậy là lo con bò trắng răng: dân bản xứ cũng chẳng dại chi, thường chỉ nói giá bằng thứ tiền *peso CUC* với khách du lịch.

Cuba có biển rất đẹp. Phòng tôi tuốt trên tầng lầu cao của khách sạn, có ban-công nhìn xuống biển. Từ trong bờ cát, biển xanh nhạt, càng ra ngoài biển càng đậm màu, màu xanh chạy từng giải, càng xa bờ, màu càng sậm hơn. Cùng với các đám mây trắng toát ôm ấp từ trên cao, biển như một bức tranh duyên dáng của một họa sĩ tài ba. Anh Trần Nguyên Thắng, chủ nhân một công ty du lịch lớn bên Cali, người đã đặt chân trên hầu khắp diện tích quả địa cầu, đã mê mệt với vẻ đẹp của biển ở Cuba: "*Về thiên nhiên, phải nói đến vùng biển Caribbean là nơi có những bãi biển dài, cát trắng nước xanh trong vắt. Nhưng nếu phải so sánh, tôi vẫn cho rằng bãi biển Varadero của đảo quốc Cuba là một trong những bãi biển cát trắng đẹp nhất nhì thế giới. Chưa đến Varadero là chưa biết gì về biển và thắng cảnh thiên nhiên của Cuba. Nằm trong bán đảo Peninsula de Hicacos, Varadero là một dải đất nhô ra biển dài đến gần 20 km và được biển Atlantic Ocean và Bahia de Cardenas bao bọc hai bên nên vị thế của vùng biển nghỉ ngơi Varadero hết sức tuyệt vời và rất thuận tiện cho du khách cần dưỡng sức nghỉ ngơi. Các hotel từ ba sao đến năm sao nằm dọc theo hai bên bãi biển và người ta vẫn đang tiếp tục xây thêm rất nhiều hotel. Người hướng dẫn còn cho tôi biết có những bãi biển khác như Cayo Coco còn hoang sơ và đẹp hơn cả Varadero! Tuy nhiên với tôi, Varadero cũng quả là một bãi biển tuyệt vời mà du khách tắm nắng, bơi lội, và nghỉ ngơi*".

Tôi đã hai lần tới Varadero vì mê biển nơi đây. Mấy ông bạn tôi cười khẩy. Mê biển thật hay mê mấy em đầm non trên cát? Mấy ông này, sơn cùng thủy tận đều rành rẽ sáu câu. Chẳng là du khách tới Varadero, ngoài dân Quebec và một số dân Canada từ các tỉnh bang miền Đông khác, còn có các du khách tới từ Âu châu. Chắc cũng vì rẻ! Các du khách này rất thoải mái, đào tiên từ bên Tây mang qua phơi nắng gió Cuba một cách ơ hờ. Các ông bạn tôi đi biển bỗng nhiên lại ngại tắm, chỉ thích đi bộ dọc theo bờ cát. Chẳng là chân cẳng ông nào ông nấy đều tới thời kỳ phải *recycle* hết nên

Phơi nắng trên bãi biển.

đi bộ trên cát để tập luyện cho cứng cáp. Tôi thích Varadero vì nơi đây rất gần với thủ đô Havana của Cuba, chỉ một giờ xe taxi là tới. Xe cộ ở Havana toàn là đồ cổ. Xe buýt hay xe tắc-xi phải được gọi là các cụ xe. Cụ nào cũng thâm niên từ trên năm chục năm. Có cụ còn quá sáu chục tuổi. Dàn đồng xe cũ mềm, vá víu lung tung, nước sơn dày cộm chắc cũng đã qua vài chục lần chồng lấp lên nhau. Ngồi trong xe mới thấy hết cái tàn tạ. Nệm xe xộc xệch, lò xo đã nghỉ đàn hồi, vải bọc lớp trên lớp dưới luộm thuộm. Chiếc xe cổ lỗ sĩ này thông thường chúng ta đã dục đi từ lâu. Nếu có chạy ngoài đường chắc cũng đã bị cảnh sát bắt phế thải, vậy mà các bác tài xế Cuba o bế chiếc xe như o bế tình nhân. Họ lau chùi cẩn thận, coi chỗ nọ, ngó chỗ kia, cần là gia cố ngay. Chuyện! Cần câu cơm của họ mà!

Muốn biết Cuba, phải tới thủ đô Havana. Nơi đây là một bộ sưu tập đồ cổ khổng lồ. Như một chốn xưa của trái đất. Nhà xưa xập xệ đói vôi vữa. Những chiếc xe chở khách được kéo bằng xe đạp. Những cửa hàng quốc doanh phân phối hàng theo thẻ tối mù mù và trống huếch trống hoác trên các kệ hàng. Lang thang trên phố cổ Havana, tôi đã thích thú khi bắt gặp lại chiếc máy in y chang như những chiếc máy hồi tôi làm báo tại Sài Gòn. Tôi như đứa trẻ tìm được những viên bi ngày cũ. Trong truyện ngắn *"Rong Chơi"* tôi đã diễn tả nỗi thích thú này: *"Tôi ngạc nhiên dán mắt vào những khuôn chữ bằng chì nằm thứ tự trên những chiếc kệ nghiêng nghiêng sát tường. Những con chữ của ngày xưa! Cả một thời quá khứ đổ ập về trong tôi. Những ngày làm báo xưa lao xao tất bật với những anh thợ sắp chữ thoăn thoắt tay bốc từng con chữ ngược gài vào khuôn xếp. Những bàn vỗ, những khuôn chì vừa đổ nhúng vội vào nước, những chiếc máy in già nua lạch xạch nuốt từng tờ giấy khổ báo lớn do anh thợ in đút vào máy bằng chiếc que gỗ mỏng... Tiếng lạch xạch ngày xưa rõ ràng đang vẳng lại trong tai tôi. Trong một góc lờ mờ soi sáng bằng một bóng điện tròn vàng ệch, anh thợ in trần trùng trục đang châm giấy vào máy. Tôi như gặp lại người bạn cũ. Tay chân tôi rối bời lên. Ánh đèn flash của chiếc máy chụp hình trên tay tôi chớp lia lịa như muốn nuốt trọng những hình ảnh tưởng đã mất từ lâu".*

Cuba bị Mỹ cấm vận co lại trong nghèo đói. Sờ vào chỗ nào cũng thấy cái nghèo. Khu du khách ở là một nơi riêng biệt, dân chúng Cuba không được bén mảng tới. Họ bảo vệ du khách rất kỹ vì đó là những con bò sữa mang ngoại tệ đến cho họ. Kỹ nghệ du lịch là nguồn lợi chính của đất nước. Chỉ những nhân viên làm trong khách sạn mới được vào khu này. Những người dọn phòng hớn hở khi được du khách cho những quần áo cũ. Có những du khách tới Cuba mỗi năm, trong hành lý của họ chỉ toàn quần áo cũ, đủ cỡ đủ kiểu, dùng để cho các người dọn phòng. Họ quý như vàng. Một đồng *peso CUC* du khách cho *tip* đủ để mắt họ sáng lên. Tại các phòng ăn, những người bưng bê cũng chỉ trông mong vào những đồng tiền *tip* mà thường du khách chẳng bao giờ quên. Nếu tôi nói những người dọn bàn tại các phòng ăn là những người trí thức là tôi nói thật. Họ nói nhỏ với tôi họ là những luật sư, kỹ sư bằng cấp hẳn hoi. Thoạt tiên ai cũng nghĩ rằng họ nổ. Nhưng họ đã nói thực. Ký giả Josh Freed tìm hiểu và được biết như sau: *"Trong xã hội Cộng sản Cuba, lương bổng của người trí thức chỉ bằng với những thành phần khác. Anh Ivan, người thông dịch của tôi, nói thông thạo bảy thứ tiếng, có hai bằng Tiến sĩ. Anh làm cho chính phủ, phụ trách thông dịch cho nhiều công ty thương mại ngoại quốc hoạt động tại Cuba. Lương của anh khoảng 15 đô một tuần. Thoạt đầu, Ivan nghĩ rằng mọi người hưởng đồng đều như vậy là một sự hy sinh tập thể cho tổ quốc. Nhưng từ thập niên 1990, anh bỏ việc khi nhận ra là có nhiều người hưởng sự đồng đều nhiều hơn người khác. Khách sạn cho du khách Canada mọc lên như nấm và anh Ivan thấy là những nhân viên trong khách sạn này kiếm được tới 200 đô một tuần chỉ bằng tiền tip. Anh đã thấy những đám cưới sang trọng của những người làm bồi bàn hay dọn phòng tại các khách sạn, những người được coi như một lớp nhà giàu mới. Trong khi đó, anh là một thông dịch viên thượng thặng mà phải sống trong nghèo khó, còn phải trợ cấp nuôi bà mẹ, một nữ bác sĩ hưởng lương tối thiểu cho tới khi về hưu!".*

Cái nghèo nảy ra cái…mánh. Cứ ra khỏi phạm vi dành riêng cho du khách là chúng tôi được săn đón ngay. Những người môi giới hỏi chúng tôi đủ thứ. Muốn rượu *whiskey* hoặc xì gà Cuba giá rẻ thì đi theo họ. Muốn thưởng thức những đặc sản biển Cuba chính cống như tôm hùm chẳng hạn, giá chỉ bằng nửa giá trong các nhà hàng, họ sẽ dắt vào ăn tại các nhà dân. Du khách thường rất khoái thực phẩm, trái cây, rau củ của Cuba vì đó là thứ *organic.* Trông không bắt mắt nhưng toàn là thứ không dính tới chất hóa học nên rất lành. Có một lần tôi đi theo tàu biển loại nhỏ ra khơi ăn tôm hùm với một đoàn du khách chỉ hơn chục người. Tàu hạ neo giữa biển. Các tàu đánh bắt tôm hùm vây quanh. Tôm hùm từ dưới biển được bán ngay cho du khách. Con nào con nấy nhảy choi choi. Chủ tàu chế biến ngay theo yêu cầu của du khách. Giá chỉ 10 đô mỗi con. Ăn vào ngon ngọt cách chi.

Tại các khách sạn nơi chúng tôi trú ngụ có tổ chức văn nghệ mỗi tối. Có khoảng vài chục vũ công nam nữ trình diễn những màn múa dân tộc. Cũng quần áo màu mè nhưng cũ rích. Có những nữ vũ công mặc những chiếc áo thủng chỗ này vá chỗ kia. Ban đêm họ trình diễn trên sân khấu, ban ngày họ phải ra bãi biển để phụ trách những trò chơi tập thể cho du khách giải trí. Tiếp xúc với du khách ngoài bãi biển, cái nghèo nàn của họ mới lộ ra. Họ xin du khách lấy rượu và bia cho họ uống. Du khách tha hồ *order* rượu bia tại các quầy

ở bãi biển mà không phải trả tiền chi cả. Họ được bao hết, *all inclusive* mà! Bởi vậy họ cũng chẳng nề hà chi chuyện lấy rượu cho các "nghệ sĩ" này uống. Có điều nếu bị bắt gặp, các người Cuba này sẽ bị kỷ luật. Kỷ luật ra sao, tôi không được biết. Vì vậy nên họ phải chui vào các chỗ hóc hiểm kín đáo để uống vội uống vàng.

Chuyện chi ở đời đều là chuyện tương đối. Trong một xã hội nghèo nàn thì đồng tiền của những người dư dả càng lớn. Bởi vậy nên ông ký giả Josh Freed mới cho là dân Quebec chúng tôi là vua trên các bãi biển Cuba. Một thứ vua bất đắc dĩ chẳng lấy chi làm vinh hạnh! Nhưng nay ông Obama đã phá tan vương quốc của chúng tôi.

Ông ký giả Josh Freed đưa ra một viễn ảnh trong tương lai gần. Rồi đây, các khách sạn năm sao của Mỹ sẽ được ào ạt xây cất. Các ông Hilton, Sheraton, Marriot đâu có làm ngơ được những mối lợi mới. Rồi McDonnald's, Burger Kings, KFC, Taco Bell sẽ lại có thêm đất tung hoành. Rồi Starbuck, Second Cup tràn lan cho mọi người nhâm nhi. Rồi từng đoàn du khách Mỹ vốn khao khát được đi tắm biển Cuba, như ông anh tôi ở Mỹ, sẽ rầm rập kéo qua như một cuộc hành quân. Cuba không còn là Cuba nữa, một Cuba từ năm 1972 đã mở cửa cho du khách vào hưởng thụ nơi những bãi biển mà thiên nhiên đã ưu đãi họ. Tất cả sẽ chỉ còn là dĩ vãng. Ông ký giả đã tới Cuba khoảng vài chục lần than thở: "Dân Cuba có thể sung sướng hơn nhưng rất nhiều người dân Quebec sẽ không vui vẻ chi cả!".

Ngẫm ra tôi cũng có phần mất mát. Từ nay muốn qua thăm anh em ông Fidel và Raoul Castro, túi tiền của chúng tôi sẽ khuyết đi một góc lớn hơn nhiều so với trước đây. Lại chẳng được hưởng thứ gần như độc quyền để cho mấy ông bạn bên Mỹ thèm nhỏ giãi.

Tiếc thì có tiếc nhưng ngẫm ra mình cũng quá ích kỷ: hưởng thụ trên sự đau khổ của người khác. Thôi thì cứ coi như đây là món quà Giáng Sinh của ông Obama gửi cho dân Cuba. Thấy người ta tặng quà chẳng lẽ mặt mình một đống! Chơi vậy thì chơi với ai!

01/2015

Viết thêm: Chuyện Mỹ bỏ cấm vận với Cuba tưởng đã xong, ngờ đâu ông Donald Trump được bầu làm Tổng Thống Hoa Kỳ đã thay đổi tất cả. Mỹ vẫn tiếp tục cấm vận. Dân Canada chúng tôi vẫn là những con bò vàng duy nhất ngự trị trên mảnh đất vẫn trì chí theo chủ thuyết cộng sản này. Tôi vẫn chỉ bỏ một số tiền khiêm nhường để có được những ngày thanh thản trên những bãi biển tuyệt đẹp này.

05/2022

VENICE, thuyền tình Gondola

Chuyện này chắc ít ai biết. Nhạc sĩ Thu Hồ ngày xưa vốn là ca sĩ. Lần đầu tiên ông xuất hiện hát ở Huế vào năm 1936, ông đã trình bày bài *"La Chanson du Gondolier"* và được công chúng hoan nghênh nhiệt liệt. Lúc đó tôi chưa ra đời. Nhưng bài hát anh chèo thuyền *gondola* thì chúng ta hầu như ai cũng biết. Không phải qua giọng hát của Thu Hồ mà qua giọng ca vàng của cô ca sĩ Dalida. *Gondolier / T'en*

souviens-tu / Les pieds nus / Sur ta gondole / Tu chantais / La barcarole / Tu chantais / Pour lui et moi / Lui et moi / Tu te rappelles / Lui et moi / C'était écrit / Pour la vie / La vie si belle / Gondolier / Quand tu chantais / La la la la la... / Cet air là / Était le nôtre / Gondolier / Si tu le vois / Dans les bras / Les bras d'une autre / Gondolier / Ne chante pas / La la la la la...

Những ngày son trẻ xưa, thế hệ chúng tôi say mê tiếng hát của cô ca sĩ gốc Ý sanh tại Ai Cập này. Nói là say mê tiếng hát nhưng thực ra sắc đẹp khá man dại của cô ca sĩ đã từng là Hoa Hậu Ai Cập vào năm 1954 này cũng làm đám thanh niên vừa chớm loe hoe mấy cọng râu chúng tôi ngây ngất. Bài hát là một tình khúc, cho anh và em, *lui et moi.* *Gondola* cũng là một thứ thuyền tình, cho anh và em. Vậy thì cớ chi Đức Giáo Hoàng lại đi lạc vào chốn của anh và em này?

Thực ra đã từng buộc những chiếc thuyền tình trên những con nước nhỏ như những đường phố của thành phố Venice vào những cặp tình nhân nên chúng ta cứ nâng niu hình ảnh đó và nhất định *gondola* phải dành cho những người yêu nhau. Dân thành Venice cũng chẳng thèm cãi làm chi vì hình ảnh này đã đem lại cho họ những huyền thoại và những đồng đô la thơm phức. Tới Venice, cưỡi *gondola* là điều bắt buộc. Nếu không đặt chân có giầy dép đàng hoàng chứ không phải những bàn chân trần *les pieds nus* lên sàn *gondola* về nhà bạn bè hỏi thì quê một cục. Vậy nên, khi tới Venice, tôi cũng phải leo lên chiếc thuyền đã vẽ ra trong đầu tôi những hình ảnh mộng mơ từ hồi nhỏ. Tuy có chậm chân đến vài chục năm. *Lui et moi* khi ngồi vào lòng thuyền đều đã trải qua cả một quãng đường dài với bao nhiêu hỉ nộ ái ố, đã từng đồng cam cộng khổ qua suốt nhiều cuộc bể dâu. Vậy nên chẳng thể níu lại được thời gian để trở về những ngày yêu đương xưa. Vậy nên một cặp hay ba cặp cũng rứa. Ba cặp là sức chứa tối đa của chiếc *gondola*. Một cặp là không gian riêng rẽ của hai cái xuân xanh đang đúng mùa.

Trên gondola.

Ngoài cặp chúng tôi, có một cặp tình nhân trẻ và một cặp đang trong tuần trăng mật. Lẽ ra họ phải là những người rong thuyền riêng lẻ cho tình tứ. Nhưng họ cũng *share* chỗ với chúng tôi trên thuyền. Vì…rẻ! Được cái chúng tôi đều nói tiếng Việt với nhau tuy mỗi người đến từ một thành phố khác nhau. Vợ chồng tôi từ Montreal, cặp trăng mật từ Cali và cặp tình nhân từ một thành phố khác ở Mỹ. Cả hai cặp đều tiền bạc rủng rỉnh, ăn tiêu thoải mái. Hình như tuổi trẻ bây giờ dễ dãi hơn, thực tế hơn. Một cặp đi riêng phải chi khoảng 100 *euro* cho một chuyến dạo mát 50 phút, nếu khoái chí muốn dạo thêm thì cứ mỗi 25 phút phải chi thêm 31 *euro*. Thực ra giá do chính phủ ấn định chỉ có 62 *euro* cho mỗi chuyến 50 phút, sau 8 giờ tối là 77 *euro* rưỡi. Nhưng thường thì các chàng *gondolier* có giá riêng của họ, dĩ nhiên phải nhích hơn giá chính thức. Nếu mặc cả thuê được 100 *euro* một cuốc thì cũng chẳng có chi là hớ lắm. Anh hướng dẫn viên của chúng tôi, vốn thông thạo đường đi nước bước, cứ xếp mỗi *gondola* sáu người. Tiền cứ góp vào đưa cho anh là xong. Thiếu thơ mộng nhưng ít hao túi tiền. Lại được cái lợi là thoải mái giỡn nhau bằng tiếng Việt trên con nước Venice. Anh chèo thuyền cứ ngơ ngác trước thứ âm thanh lạ hoắc.

Giáo Hoàng đi *gondola* dĩ nhiên chẳng chung đụng với ai tuy chẳng cần chi riêng lẻ. Ngày 8 tháng 5 vừa qua, Giáo Hoàng Benedict XVI đã tới Venice và có một buổi du hành trên *gondola*. Nhìn hình tôi thấy chiếc *gondola* của vị giáo chủ khác xa với chiếc *gondola* tôi…ngự. Cứ như chiếc xe Mercedes bên cạnh chiếc Ford vậy. Ghế ngồi nệm đỏ, lưng ghế cao vút như chiếc ngai nhô quá đầu người, cứ như ở Vatican. Đi *gondola* như vậy thú vị chi đâu. *Gondola* phải hơi… bụi một chút với những tượng trang trí bằng đồng bằng sắt quanh mạn thuyền mới ra cái *gondola*. Màu sắc của thuyền tình phải là chính thống. Đó là mầu đen. Màu *gondola* Ngài ngự lại đánh véc-ni màu nâu bóng loáng. Mất truyền thống đi! Thực ra màu đen của *gondola* là qui định của luật *sump-*

Giáo Hoàng Benedct XVI đi gondola ở Venice vào tháng 5 năm 2011.

tuary law, một loại luật nhằm điều hòa những thói quen của tiêu thụ. Nhưng *gondola* đen quen mắt đi rồi nên nếu có màu khác coi thấy…chướng. Bình dân như tôi nghĩ vậy chứ thực ra chiếc *gondola* dùng để chở Giáo Hoàng kỳ này là một kiểu sang trọng có tên là *Doganessa* chuyên dùng để chở các vị Thống Đốc của nước Venice xưa. Hai cuộc thăm dân Venice trước của Giáo Hoàng Paul VI vào năm 1972 và Giáo Hoàng John Paul II vào năm 1985 cũng dùng loại thuyền… Mercedes này!

Những chàng *gondolier* theo qui định từ xưa tới nay là phải mặc áo sọc đen trắng, quần đen, khăn choàng phải đỏ. Anh chàng *gondolier* của tôi chắc mất truyền thống nên chẳng khăn quàng chi cả. Kể ra bữa đó trời nóng nực thật nên xí xái là phải. Nhưng những chàng *gondolier* của Giáo Hoàng thì quá lắm. Họ mặc quần áo trắng toát và đeo khăn vàng! Mà có tới bốn chàng cong lưng chèo chứ không phải một như những chiếc *gondola* khác. Chẳng lẽ Giáo Hoàng nặng hơn người thường? Được chèo cho Đức Thánh Cha là một vinh dự. Họ tranh dành nhau để được cái vinh dự này. Tranh dành cật lực chứ không phải chơi. Tranh đến nỗi ông sếp của hiệp hội các *gondolier* Aldo Reato đã phải nói với tờ báo địa phương *Il Gazzettino*: "Tôi ngấy tới cổ rồi. Tại sao Đức Giáo Hoàng không tự chèo lấy cho xong chuyện!". Đau cái đầu quá, ông này còn nói liều: hay là chọn ngay cô *gondolier* độc nhất của Venice cho đỡ tranh dành! Từ trước tới giờ có nghe tới *gondolier*…cái bao giờ đâu. Vậy mà có. Mà cũng mới có đây thôi. Đó là cô Giorgia Boscolo được gia nhập hội các *gondolier* vào tháng 8 năm 2010!

Rồi cũng có bốn chàng trúng tuyển. Đó là hai anh em Bruno và Francesco Dei Rossi vì cha của họ, ông Albino, đã từng chèo thuyền chở Đức Giáo Hoàng John Paul II khi Ngài ngự vào năm 1985. Hai người kia là hai hảo thủ trong các cuộc đua thuyền tên Gianpaolo D'Este và Igor Vignotto. Ông sếp hội các *gondolier* coi bộ vất vả trong cuộc tranh dành này. Chàng than van là vì không có một thủ tục tuyển chọn nào cho các trường hợp đặc biệt này nên mới gặp khó khăn, giờ là lúc nên đặt ra các luật lệ. Được chèo thuyền hầu Đức Thánh Cha là một vinh dự cho cả giòng họ thế hệ này và các thế hệ sau nữa nên, mặc dù chúng ta không cảm được cái vinh dự đó to lớn như người dân ở Venice cảm thấy, tôi cũng hài tên họ của cả bốn người được lựa, biết đâu sẽ có lợi ích khi chúng ta tới Venice. Đối với bốn chàng chèo thuyền được lựa thì họ như đã được lên thiên đàng! Anh

Cô gondolier Giorgia Boscolo.

chàng Bruno Dei Rossi sung sướng cho biết: "Hai ngày nay tôi không ngủ được. Thật là một trách nhiệm lớn lao!". Còn chàng Igor Vignotto cũng hồi hộp không kém: "Thật quá sức cảm động. Ngày hôm qua tôi đã đi xưng tội rồi!".

Thực ra kể từ khi biến thành một biểu trưng để thu hút du khách tới Venice, *gondola* mới rắc rối như vậy chứ xưa kia *gondola* chỉ là những con đò chở hàng hóa và hành khách trên những con lạch và dòng sông lớn của Venice như một phương tiện giao thông thôi. Chắc cũng cỡ như những con

Bốn chàng gondolier có diễm phúc chèo thuyền cho Giáo Hoàng.

đò tại các vùng sông nước của Việt Nam chúng ta. Trong các thế kỷ thứ 18 và 19, đã có từ tám đến mười ngàn con thuyền hoạt động trên sông nước Venice. Ngày nay chỉ còn khoảng bốn trăm chiếc. Ngày *gondola* còn tăm tối trong phận chở hàng, mỗi chiếc thường có bốn người làm việc. Ba người chèo và một người thu tiền. Chiếc thuyền là tài sản chung của cả bốn người. Ngày nay *gondola* thuộc "Hội Bảo Vệ và Duy Trì *gondolas* và *gondoliers*" trụ sở đặt tại khu di tích lịch sử ở trung tâm Venice. Từ thế kỷ thứ 19, *gondola* mới được cải tiến thành những chiếc thuyền gọn nhẹ có hình dáng một trái chuối như hiện nay. Cha đẻ của loại thuyền tân tiến này là ông thợ đóng thuyền Tramontin. *Gondola* từ đó vẫn được thêm thắt thêm cho tới giữa thế kỷ thứ 20 giới chức thành phố Venice mới cấm mọi thêm thắt sửa đổi để giữ truyền thống. Chiếc thuyền ngày nay được trang hoàng ở phía mũi bằng một tượng bằng sắt, đồng, thép hoặc nhôm gọi là *ferro*. Tượng này ngoài việc làm đẹp cho con thuyền còn giúp giữ thăng bằng với sức nặng của người chèo thuyền đứng ở phía sau thuyền.

Ferro trên gondola.

Gondola được chế tạo bằng tay với tám loại gỗ gồm 280 mảnh. Phía bên trái dài hơn phía bên phải để giúp con thuyền chống lại với khuynh hướng nghiêng về phía trái khi chèo về phía trước. Không phải ai cũng được làm *gondolier.* Họ có nghiệp đoàn đàng hoàng. Muốn chèo thuyền chở du khách, họ phải được nghiệp đoàn huấn luyện và thực tập. Sau đó phải đậu kỳ thi tốt nghiệp. Kỳ thi này không phải chỉ thi kỹ thuật chèo thuyền mà còn thi về lịch sử thành phố Venice và ngoại ngữ nữa. Nghiệp đoàn sẽ cấp giấy phép hành nghề sau đó.

Các *gondolier* được huấn luyện để làm vui lòng khách đến hài lòng khách đi. Anh chèo thuyền của tôi coi bộ không có những…đức tính như vậy. Thân hình anh dềnh dàng với vẻ mặt rất bặm trợn, nghiêm như thần. Muốn đùa giỡn với anh tí chút coi bộ khó. Anh cứ như một bức tượng lạnh tanh. Du khách thường thả hồn ra với cảnh vật, thích có tiếng cười, thích được tìm hiểu về nơi mình đang du lịch. Vậy mà nói chi thì nói, anh *gondolier* của sáu người chúng tôi cứ nghiêm và buồn. Hay là tại vì chèo tới sáu nhân mạng nên vất vả hơn khiến anh không hài lòng. May mà cả sáu người chúng tôi đều thon thả không mang sức nặng ra làm phiền anh thêm. Những con phố nước của Venice đều nhỏ hẹp, kể ra chèo chống cũng khó khăn. Làn nước xanh đục mùi tanh tanh không lấy chi làm dễ thở. Cảnh hai bên thường là mặt sau của những xưởng máy vôi vữa đen thui, thỉnh thoảng có những công nhân mặc áo thun mở chiếc cửa sau ra mang đồ ra chất. Chỉ khi ra tới sông lớn *Grand Canal* thì phong cảnh mới rộn ràng thoải mái. Nhìn thấy một anh chèo chiếc thuyền song song hát tình ca, lũ chúng tôi hứng chí yêu cầu anh chèo thuyền của mình hát, anh lầm lì, chẳng từ chối, cũng chẳng hát hỏng chi. Mãi sau này tôi mới biết là muốn hát thì phải chi thêm tiền!

Làm thân du khách thì phải biết móc hầu bao. Các dịch vụ phục vụ du khách luôn biết cách moi túi tiền của khách. Định luật đó không bao giờ thay đổi! Tôi đã hụt nghe *gondolier* hát trên *gondola* nên ghi lại đây bản giá biểu để các bạn đến sau biết đường mà móc hầu bao. Một chuyến *gondola* thông thường là 40 phút. Theo qui định chính thức của nghiệp đoàn là 50 phút. Nếu bạn là người tày hay muốn hưởng nhiều mà chi ít, bạn có thể mặc cả với cái giá rẻ hơn nhưng nên nhớ là

Gondola trên những hẻm sông chật chội.

thời gian bạn ngồi trên thuyền sẽ ngắn hơn. Vỏ quít dày sẽ có móng tay nhọn!

Người khôn ngoan thường không phó mặc đồng tiền của mình vào tay của người khác. Hình như có vị nào đã nói như vậy. Nếu không có vị nào nói trước thì đây là túi khôn của tôi. Vậy nên, trong vai du khách, chúng ta chẳng nên ngồi trong khách sạn, chỉ tay năm ngón, phán cho nhân viên ở quầy tiếp tân, đặt thuê *gondola* dùm. Chẳng ai làm không công cho mấy anh chị rửng mỡ đi chơi. Họ sẽ tính công làm dịch vụ này. Nhiều ít bao nhiêu, tôi không biết, vì tôi ít khi lười biếng như vậy. Cũng cần nói thêm là giá thuê *gondola* thay đổi theo thời gian trong ngày. Buổi tối giá sẽ đắt hơn. Đó là…luật. Tôi cũng chẳng hiểu buổi tối làm cái trò gì mà lại đắt hơn ban ngày.

Có những *gondola* có nhạc và không có nhạc. Nếu muốn nghe nhạc thì bạn phải nói trước. Không phải khi đang trên thuyền rồi, thấy thuyền người ta nhã nhạc vang lừng mà thuyền mình êm ru lại lầu bầu với *gondolier* thì chắc sẽ có cơ may xuống tắm trên làn nước đục của Venice! Còn muốn các chàng trai chèo thuyền hát những tình ca thơ mộng thì chịu khó nhích người lên móc bóp cho phải phép!

Đang nói chuyện thơ mộng mà quẹo qua chuyện giá cả tiền bạc, nghe mất vui đi. *Gondola* có nhiều chuyện đáng nói hơn là chuyện thực tế mộc mạc đó. Chẳng gì nó cũng là thứ mà hầu như không người nào không biết. Không biết nó ở Venice thì cũng biết ở những nơi khác. Chẳng phải đi đâu xa, cứ ở ngay tại Cali, nơi dân ta…đóng đô, vẫn cứ rong thuyền *gondola* được như thường. Dĩ nhiên cây nhà lá vườn thì rẻ hơn. Mỗi cặp chỉ tốn 85 đô cho một cuốc dài một tiếng đồng hồ. Nếu không cần riêng rẽ thì chất lên tối đa được tới sáu người, mỗi người chi thêm 20 đô. Ở đâu mà cũng… Venice vậy? Ở ngay Long Beach chứ đâu xa! Mấy ông bạn tôi, dân…thủ đô tị nạn, già rồi, ngồi máy bay mỏi lưng nhưng vẫn muốn *gondola* với đời, hỏi địa chỉ. Thôi thì cứ ghi lại đây cho mọi người, ngoài các ông bạn tôi, muốn thơ mộng thì thơ mộng dối già. Địa chỉ: 5437 E. Ocean Blvd., Long Beach. Phone: (562) 433-9595. Online: gondolagetawayinc. com

Vậy là tôi quảng cáo không công cho anh chàng Mike O'Toole, chủ nhân ông của đoàn *gondola* trên con nước Naples này. Kể ra anh chàng này cũng xứng đáng hưởng lộc vì khiếu buôn bán đã sớm phát triển. Khi đang theo học

Gondola ở Naples, Long Beach.

ngành *marketing* tại Đại Học Southern California vào năm 1981, anh đọc sách thấy nói tới việc Parsons đã chở khách hàng muốn mua đất ở vùng Naples bằng những chiếc *gondola* mua lại của Hội Chợ Thế Giới Chicago được tổ chức vào năm 1893. Vậy là sau khi tốt nghiệp, anh qua Venice, vào làm tại một bến tàu, cố ý cóp-pi bản vẽ của một chiếc thuyền và học chèo *gondola*. Trở về Mỹ vào năm sau, 1982, anh bắt đầu biến vùng Naples ở Mỹ thành Venice. Đoàn *gondola* hiện nay của anh có mười chiếc tất cả trong đó có hai chiếc nhập cảng từ Venice và tám chiếc đóng ở Seal Beach. Với số tiền khá mềm 85 đô, một cặp tình nhân có thể *gondola* trong 50 phút qua con nước hẹp mà hai bên nhà cửa toàn thứ xịn bạc triệu. Điểm đặc biệt là không nhà nào giống nhà nào. Muốn nhậu chút đỉnh giữa phong cảnh thiên nhiên kỳ thú, khách có thể mang rượu vang hay sâm-banh và ngay cả thức ăn nhẹ tới. Nhà tàu sẽ cung cấp ly nhựa, một bình đá, mền giữ ấm nếu trời lạnh và ô dù nếu trời mưa. Muốn họp bạn trên sông nước, khách có thể đặt trước cho từ sáu tới mười người, sẽ được cung cấp *pizza, salade* và bánh mì tỏi. Một bàn nhỏ ở giữa thuyền sẽ được trải khăn đỏ cho bữa ăn có…tư cách! Giá cũng khá mềm: 35 đô mỗi người! Mike O'Toole tự hào nói: "Chúng tôi là cửa hàng *pizza* nổi độc nhất trên thế giới!".

Nằm sát Cali, Las Vegas của tiểu bang Nevada, cũng có *gondola*. Đây cũng là thứ *gondola* nhái như ở Cali nhưng ở Cali ít nhất cũng còn có phong cảnh thiên nhiên thứ thiệt còn ở Las Vegas, *gondola* cưỡi nước trên con lạch nhân tạo nằm trong khuôn viên của khu khách sạn, sòng bài và thương xá Venetian. Thay vì phong cảnh thiên nhiên, du khách sẽ lướt qua giữa những cửa hàng loại sang. Mỗi *gondola* nơi đây chỉ chở được tối đa bốn người tuy kiểu dáng cũng giống như những *gondola* thứ thiệt ở Venice. Được cái các chàng *gondolier* nơi đây trông diêm dúa và bột hơn các chàng *gondolier* thứ thiệt ở Venice. Quần áo láng coóng. Mũ có *ruban* đỏ bỏ thõng xuống ngang lưng, cổ thắt khăn choàng đỏ, lại còn thêm thắt lưng đỏ. Trông cứ như công tử! Ngự *gondola* thứ dởm này không có tôi. Chỉ đứng trên cái gọi là bờ hai bên con kênh đào, nhìn cái tù túng của chiếc *gon-dola* thu nhỏ di chuyển trên làn nước nhân tạo trước con mắt của các khách mua sắm, thấy đã nản. Phí tiền! Tuy giá chỉ có 16 đô mỗi người. Nếu đi một cặp riêng rẽ thì 64 đô một lượt.

Tại khu cờ bạc Macao cũng có *gondola*. Mấy chú con trời máu buôn bán nằm vùng trong người nên câu du khách bằng những chiếc *gondola* có các nàng xinh tươi trẻ trung

Gondola ở khách sạn Venetian, Las Vegas.

chèo chống. Nhìn *video* thấy các cô nàng lúc nào cũng nhe miệng cười trông khá kệch cỡm. Có cho tiền tôi cũng không khoái ngồi trên những chiếc *gondola* này dù tôi chẳng biết phải tốn bao nhiêu tiền để rong ruổi với các cô *gondolier* khá xinh xắn.

Io ti amo / Con tutto il cuore / Solo te / Adorerò / E sappendo / Che tu mia ami / Ti amerò / sempre di più. Đó là mấy câu hát tiếng Ý chính hiệu bà lang trọc của bản nhạc *Gondolier* qua giọng hát của cô nàng nay chắc đã mõm mòm mom Dalida mà tôi đã say mê từ hồi nhỏ ở quê nhà. Bảo tôi dịch mấy câu hát tiếng Ý này thì tôi chỉ có nước cười trừ. Bảo tôi nhớ mấy câu…thần chú này thì tôi cũng bù trất. Nhưng khi ngồi *gondola* trên sông nước Venice, trên năm chục năm sau ngày say mê tiếng hát *gondolier* của Dalida, tôi bỗng thấy những câu hát trên vang vọng trong đầu. Nửa thế kỷ, quá nửa đời người! Chiếc *gondola* nhỏ bé đã chở tôi đi quá xa!

05/2011

Vùng MARITIMES, quê hương tôm hùm

1

Nói về cách ăn ở trong đời sống, các cụ khuyên: bán họ hàng xa, mua láng giềng gần. Tôi chúa ngại chuyện buôn bán nhưng không thể làm lơ lời khuyên bán buôn của các cụ. Cái chi gần gũi thường bị rẻ rúng. Ông hàng xóm thường không được chúng ta mặn mà vì quá quen thuộc. Chuyện đi chơi cũng vậy. Bước chân chúng ta thường nhảy xa hơn là lò cò gần. Tôi là người có thể bị các cụ đét đít vì không nghe lời các cụ. Bao nhiêu năm đi đó đây, bước ra khỏi cửa nhà là tớn lên đi cho xa. Chuyện ghé chơi anh hàng xóm gần xịt lại ít khi nghĩ tới. Lần này nhất định phải làm cháu ngoan của các cụ, ghé chơi anh hàng xóm. Hàng xóm của tỉnh bang Quebec chúng tôi là vùng biển *maritime*. Nhìn quanh anh em bạn bè, có lẽ tôi là người có lỗi với các cụ nhất. Hầu như người nào cũng đã đi thăm hàng xóm láng giềng cả rồi. Họ nói tới tôm hùm trước tiên, rồi cầu Conferedation, con đường nam châm *magnetic*, Titanic. Chỉ hài ra như vậy thôi, chẳng có ông bà nào kể cho rõ ràng. Nghe không có chi nhiều. Nhân ngày hè nắng gọi, tôi dấn bước thử coi nó ra sao. Vậy là lên đường.

Vùng *maritime* gồm ba tỉnh bang: New Brunswick, Nova Scotia và Prince Edward Island. Bây giờ nếu phải đi thi lại quốc tịch tôi rớt là cái chắc nếu bị hỏi tên thủ đô của ba tỉnh bang này. Có đi thì kiến thức mới nở ra. Thủ đô của New Brunswick là Fredericton, của Nova Scotia là Halifax, của Prince Edward Island là Charlottetown. Trong ba tỉnh bang được bó chung vào một vùng này thì hai tỉnh bang nằm trong đất liền, chỉ có Prince Edward Island là cách xa một rẻo đại dương. Muốn đi từ đất liền ra chúng ta phải dùng cầu. Cầu qua biển, dù chỉ là một rẻo biển, đều rất dài. Mấy ông bạn tôi đi về rất hãnh diện đã vượt qua chiếc cầu Confederation nổi tiếng, có thời được coi là cây cầu dài nhất thế giới. Chiều dài của cầu là 12,9 cây số và chiều rộng là 11 thước. Đây là cây cầu mới được khánh thành vào ngày 31 tháng 5 năm 1997, sau bốn năm xây cất với phí tổn là 1 triệu 300 ngàn đô.

Quả thực tôi có thích thú khi nhìn thấy cây cầu lịch sử này. Gớm, nghe nói tới mi đã lâu mà nay mới được diện kiến. Nếu nhìn theo con mắt mỹ thuật thì cây cầu xấu òm. Đó chỉ

Cầu Confederation phía tỉnh bang Prince Edward Island.

là một dải xi măng thấp lẹt đẹt vắt qua biển. Không có những kiến trúc vươn lên cho ra một cây cầu. Thành cầu thấp tới mức tưởng chiếc xe có thể bị gió thổi bay xuống biển một cách dễ dàng. Thỉnh thoảng có những cột đèn xanh đỏ rải rác. Lúc mới nhìn thấy những ngọn đèn như đèn giao thông tại các ngã tư đường phố này bên thành cầu, tôi ngạc nhiên. Có ngã ba ngã tư chi đâu mà đèn đóm. Suy nghĩ một hồi mới đoán đây là những ngọn đèn chỉ tầm nhìn xa của tài xế để xe tùy theo đó mà chạy nhanh hay chậm. Khi xe chúng tôi vượt qua cầu, đèn ánh lên màu xanh lá. Tốt! Trời quang mây tạnh. Thứ ảnh hưởng tới tầm nhìn này là sương mù. Sao mà sương mù khủng khiếp. Có những sáng hoặc chiều tối, sương mù như quấn lấy chân cẳng khi đứng trên những mỏm đất cao trong thành phố. Trên đất liền đã vậy, trên cầu còn mù sương hơn nữa. Thứ khác ảnh hưởng tới tốc độ của xe là gió. Sao mà gió khốn gió khổ. Có lẽ vì vậy mà thành cầu chỉ là những dải xi măng lẹt đẹt thấp chủn chứ không hoa hòe hoa sói vươn cao chi. Chỉ tổ làm mồi cho gió giỡn chơi!

Nhìn từ cầu qua, Prince Edward Island trông như một lưỡi liềm được thả nằm trên nước. Tôi quay nhìn chưa hết tầm mắt đã thấy được cả hai phía của đảo. Diện tích của hòn đảo chính chỉ được 5.620 cây số vuông. Cộng thêm cả 231 hòn đảo nhỏ khác, diện tích cũng chỉ nhỉnh thêm có 66 cây số vuông nữa. Dân số chỉ có 143 ngàn người mà gần phân nửa sống ở thủ đô Charlottetown.

Charlottetown tuy là một thủ đô nhỏ bé nhưng là thứ bé hạt tiêu. Đó là cái nôi lập quốc của Canada. Ngày 1 tháng 9 năm 1864, ba Thủ Hiến của Nova Scotia, New Brunswick và Prince Edward Island gặp hai Thủ Hiến của Thượng Canada và Hạ Canada tại Charlottetown để bàn về việc kết hợp nhau lại thành một quốc gia. Cuộc họp sơ khởi này đã đưa tới việc thành lập nước Canada vào ngày 1 tháng 7 năm 1867. Năm nay Canada ăn mừng 150 năm thành lập rất trọng thể. Hầu như mọi nơi trên khắp đất nước đều giăng cờ kết hoa chào đón ngày chẵn chòi 150 năm này. Tòa nhà lập quốc tại Charlottetown, khi tôi tới, đáng lẽ phải được trang hoàng đẹp đẽ nhất lại chỉ có bốn cây cột phía trước được quấn giải vải trắng có những đường vẽ đỏ điểm xuyết. Lý do là vì nó đang được sửa chữa. Điều trớ trêu là tuy Charlottetown là địa điểm tổ chức cuộc họp khai sanh ra quốc gia Canada độc lập, tách khỏi thuộc địa Anh, Prince Edward Island lại bỏ dở cuộc họp, không chịu đi với các tỉnh bang này. Vùng đảo này

Tòa nhà lập quốc của Canada ngày kỷ niệm 150 năm.

vẫn khoái là một thuộc địa của Anh hơn! Sáu năm sau, năm 1873, Prince Edward Island mới chịu nhập vào Canada, sau cả Manitoba vào năm 1870 và British Columbia vào năm 1871.

Là một hòn đảo, Prince Edward Island chậm tiến hơn các tỉnh bang nằm trong đất liền. Nguồn lợi chính nuôi sống dân đảo là canh nông. Khoai tây là nông phẩm chính. Tỉnh bang này sản xuất tới 25% số khoai tây của toàn Canada. Khi đi mua khoai tây, nếu để ý, chúng ta sẽ thấy phần lớn mang tên nơi sản xuất là PEI, chữ viết tắt của tên đảo.

PEI có một thứ lôi kéo du khách tới thăm, thơ mộng hơn khoai tây, đó là căn nhà của nàng Anne of Green Gables. Nàng này là ai mà nổi tiếng đến thế? Năm 1985, khi tôi tới định cư tại Canada thì bộ phim *"Anne of Green Gables"* được trình chiếu nhiều kỳ trên đài truyền hình CBC. Năm sau, đài PBS ở Mỹ phát hình lại. Khán giả say mê bộ phim này. Gia đình tôi không phải ngoại lệ. Sau đó bộ phim làm mưa làm gió tại Iran, Do Thái, Âu Châu và Nhật Bản.

Em bé mồ côi 13 tuổi Anne Shirley ở đợ cho gia đình khét tiếng tàn ác Hammond ở Nova Scotia. Sau khi ông Hammond chết, cô bé được gửi vào một viện mồ côi. Gia đình Cuthberg ở PEI xin mang Anne về nuôi. Họ ra đón cô bé ở nhà ga và thất vọng tràn trề. Họ muốn xin một bé trai để phụ giúp công việc đồng áng nhưng không biết vì sao cô nhi viện lại gửi cho họ một bé gái. Hai anh em Matthew và Marilla Cuthbert không thể để Anne lạc lõng tại ga nên họ đành phải mang về trang trại. Tại trang trại Green Gables, cô gái tóc đã trưởng thành sớm và đầy mơ mộng được mọi người quý mến. Được đi học, bé học rất giỏi. Trong trường có một nam sinh tên Gilbert Blythe cũng học giỏi không kém. Hai đứa tranh nhau hạng nhất. Cuộc tranh đua bỗng quẹo qua một khúc ngoặt khi Anne và Gilbert yêu nhau. Cô Marilla ngăn cản cuộc tình duyên vì cho rằng Anne còn quá trẻ để sa vào cuộc tình. Khi ông anh Matthew mất, Marilla buộc phải nghĩ tới chuyện bán trang trại Green Gables. Nhưng nhờ Gilbert kiếm cho Anna một chân dạy học để nàng có thể tiếp tục ở lại giúp đỡ cô Marilla tại trang trại Green Gables.

Chuyện phim không có gì mới lạ nhưng phim đã được tới 9 giải thưởng của *Gemini Awards* vào năm 1986. Trong số giải thưởng này có một giải về trang phục. Ngày nay trang phục của cô nàng Anne vẫn hấp dẫn mọi người. Tại trang trại Green Gables, nay là một địa điểm du lịch ăn khách của PEI,

Căn nhà lưu niệm của Anne of Green Gables.

vẫn còn giữ những bộ trang phục này tại các phòng trong căn nhà lưu niệm. Khách thăm viếng có thể bận các bộ đồ của các nhân vật trong phim để chụp hình. Tôi thấy các thiếu nữ thi nhau ướm và mặc thử các bộ đồ kiểu cổ này để cho các chàng trai chụp hình. Trong tiệm bán đồ lưu niệm, cơ man nào là những bộ áo quần may theo kiểu của Anne được bày bán. Bán chạy nhất là những chiếc mũ cói đặc trưng của cô nàng Anne trong phim. Du khách túa tới…thánh tích này tấp nập. Nhiều nhất là các du khách Nhật. Các cặp vợ chồng mới cưới kéo nhau tới đây hưởng tuần trăng mật. Như là một cách lấy hên từ mối tình trong sáng và hạnh phúc của cặp Anne và Gilbert.

Khi đi vào coi từng phòng trong căn nhà mái xanh, tôi như lạc vào quá khứ. Quần áo, giường chiếu và các đồ gia dụng vẫn nằm yên tại chốn cũ, từ những năm xa lắc xa lơ xưa. Căn nhà một tầng lầu lúc nào cũng đông nghẹt người xếp hàng vào coi. Mấy cô nhạc sĩ, mặc trang phục của Anne ngồi kéo đàn giữa sân, mấy cô diễn viên tre trẻ trải bạt trên bãi cỏ diễn lại những cảnh trong phim. PEI coi bộ trúng lớn với dịch vụ Anne of Green Gables. Không những ở địa điểm kỷ niệm này mà tại khắp các quầy hàng lưu niệm ở bất cứ nơi đâu trong tỉnh bang tôi cũng thấy có Anne of Green Gables chen chân vào ngồi đón chờ du khách tới thỉnh về.

Xe chạy khoảng chục phút trên cây cầu Confederation, từ Prince Edward Island qua thủ đô Halifax của Nova Scotia, chúng ta phải tới coi…đá! Đá có chi mà coi, tôi nghĩ vậy trước khi tới địa điểm có cột hải đăng cho tàu đi biển nổi

Diễn kịch Anne of Green Gables trên sân cỏ.

tiếng *Peggy Cove Lighthouse*. Cột đèn *Peggy Cove*, tuy là biểu tượng được du khách khoái chụp hình nhất tại vùng biển *maritime*, và được công nhận là một trong những hải đăng nổi tiếng nhất thế giới, nhưng tôi chẳng thấy hấp dẫn chút nào. Bãi đá nằm trải dài trên một vùng rộng lớn, nơi hải đăng được dựng lên, mới là thứ được du khách già trẻ lớn bé thích thú. Những tảng đá bị nước biển va đập trong bao nhiêu triệu năm trở thành một quần thể đá rộng lớn và đa dạng. Du khách bước men theo những khối đá to lớn hoặc nhảy từ khối đá này qua khối đá khác để leo lên chụp hình. Tôi không còn ở tuổi nhảy nhót chi nên cứ rạp người xuống luồn lách trên những khối đá chênh vênh. Kể cũng có cảm giác khi đối đầu với hiểm nguy té ngã. Những khối đá nằm

Hải đăng Peggy Cove trên bãi đá.

sát dưới nước, rong rêu và đen đủi, được cảnh giác là không nên bước lên, nhưng những thanh niên thiếu nữ trẻ người non dạ vẫn dọ dẫm qua từng khối đá. Tuổi trẻ có thú vui mà những người không còn trẻ thấy…điên. Bất chấp hiểm nguy. Vui chơi là chính. Lỡ xảy chân là tiêu đời cũng chẳng sao! Đã có nhiều người bị sóng đánh. Cũng đã có người bị hất xuống biển chết đuối, nhưng chưa thấy quan tài chưa đổ lệ, những người trẻ tuổi vẫn vui cười trêu ngươi thần chết trước những cái lắc đầu của những người…như tôi.

Một bà bạn thấy tôi đi vùng biển *maritime* dã dặn dò ăn giùm bà một con tôm hùm. Đây là quê hương của *lobster*. Tôm hùm là một món ăn khoái khẩu nhưng mau ngán. Sau khi đã nhâm nhi hết thịt, thường chúng ta xử tới đám gạch và trứng ở đầu tôm và…ngán thấy bà. Ăn một con đã ngất ngư con tàu đi, ăn hai con có mà…chết. Nhưng, chiều ý bà, tôi cũng đã ăn tới hai con. Một con ở Charlottetown bên Prince Edward Island và một con ở Halifax bên Nova Scotia. *Lobster* tươi rói, ngọt lừ, quả có ngon hơn *lobster* còn ngọ nguậy bán tại Montreal. Nhưng cái giá phải trả đắng ngắt. Ai cũng tưởng nơi tôm hùm nhiều như tôm…he, theo đúng luật cung cầu, giá phải rẻ hơn. Nhưng chẳng nên bé cái lầm. Một chú tôm nặng khoảng một *pound,* nằm trơ trụi trên đĩa, kèm theo một chén khoai tây nhỏ xíu, một chén rau cũng nhỏ không kém, giá tới 44 đô. Chắc cái giá trên có bao gồm những đợt sóng biển đánh ào ạt bên cạnh nhà hàng!

Nơi quê hương của tôm hùm phải cho tôm hùm lên ngôi là đúng chỉ số. Du khách vẫn hớn hở móc túi chi đẹp. Có hề chi, chơi cho ra chơi. Con tôm hùm tại Shediac, thuộc tỉnh bang New Brunswick, nơi được mệnh danh là "Thủ Đô Tôm Hùm của Thế Giới", lớn hơn nhiều. Dài tới 11 thước, cao 5 thước và cân nặng tới 90 tấn. Không ai có thể xử được, dù chỉ một cái càng, của chú tôm hùm lớn nhất thế giới này. Du khách chỉ có thể đứng ngắm vì đây là tượng. Phải công nhận bức tượng chú tôm nằm trên bệ đá rất sống động và có đôi chút nghệ thuật. Mỗi năm có khoảng 500 ngàn du khách tới nuốt nước miếng nhìn chú tôm không bao giờ sứt sẹo một cái móng chân này. Chân tôm hùm có móng không, quả thật tôi không để ý tuy đã cắn biết bao nhiêu cái chân tôm trong đời!

Cá thì chắc chắn không có móng, ngay cả chân cũng không có. Tội nghiệp cho những nàng mỹ nhân ngư, muốn tới nơi hẹn hò với tình nhân chỉ biết lết! Quê hương của tôm

Toàn cảnh tượng tôm hùm lớn nhất thế giới.

Tượng tôm hùm và cờ Acadia.

hùm có tượng tôm hùm lớn nhất thế giới thì quê hương của cá *salmon* cũng có tượng cá lớn nhất thế giới. Đó là vùng Campbellton, cũng thuộc tỉnh bang New Brunswick. Tượng chú cá hồi nhảy lên khỏi mặt nước có chiều cao tới 8 thước rưỡi cũng sinh động không kém tượng chú *lobster*. Khi tôi tới, nhằm buổi trưa, trời nắng trong, những vẩy cá ngậm ánh mặt trời óng ánh. Khung cảnh yên tĩnh lạ thường. Bên kia chiếc hồ có chú cá nhảy lên là một dòng sông xanh trong vắt mang tên Restigouche. Đó là con sông…Gianh! Con sông đẹp hết biết này chia đôi sơn hà giữa tỉnh bang New Brunswick và tỉnh bang Quebec chúng tôi. Chiếc cầu bắc ngang có dáng y hệt như chiếc cầu Jacques Cartier ở thành phố Montreal. Chắc đây là tác phẩm của một ông hay bà kiến trúc sư lười biếng. Băng qua cầu là vùng Pointe-à-la-Croix,

Tượng cá hồi lớn nhất thế giới.

cửa ngõ về tỉnh bang nhà của tôi. Nhưng đang đà đi chơi, về chi vội!

Ở New Brunswick có khác chi ở Quebec. Dân cũng nói hai thứ tiếng Anh và Pháp. Cộng đồng nói tiếng Pháp gồm khoảng 35% dân số. Khi tới vùng *maritime*, nếu chú ý, người ta thấy phấp phới khắp vùng lá cờ tam tài của Pháp nhưng có một ngôi sao vàng nho nhỏ phía bên trên lá cờ. Đó là cờ Acadia. Acadia là tên cộng đồng nói tiếng Pháp của vùng *maritime*. Buổi tối, tôi vào một tiệm bán thức ăn sắp đóng cửa. Bà chủ nói tiếng Pháp với khách hàng. Bà hãnh diện nhận là dân Acadia. Tại Canada, họ gồm khoảng 96 ngàn người sống ở vùng *maritime* và một số nhỏ sống ở tỉnh bang Quebec. Họ là hậu duệ của những người Pháp ở vùng Acadia vào thế kỷ 17 và 18. Một số nhỏ hơn, khoảng 30 ngàn người, sống trong tiểu bang Maine bên Mỹ. Khoảng năm 1755 tới 1764, có cuộc chiến giữa quân thực dân Pháp và dân da đỏ địa phương, nhân đó người Anh đã trục xuất hơn 11 ngàn dân Acadia về Anh, vùng Caribbean và Pháp. Khoảng trên 30% đã mạng vong trên đường trục xuất. Một số được người Tây Ban Nha cho di cư tới vùng ngày nay là Lousiana, lập nên một cộng đồng nói tiếng Pháp Cajun. Vậy nên ngày nay, nếu có dịp qua Lousiana dự lễ hội Mardi Gras, coi các em vạch ngực giữa phố phường, chúng ta có thể nghe thứ tiếng Pháp cổ Cajun, loại khác với tiếng Acadia!

Dù với tiếng Pháp Acadia hay tiếng Pháp Cajun, dân Mít ta ở các vùng *maritime*, Quebec và Lousiana cũng khổ lỗ nhĩ khi tiếp xúc với dân bản xứ. Chúng ta, từ nhỏ tới lớn, được học thứ tiếng Pháp *Parisien* đàng hoàng. Thứ tiếng Tây của Mít ta sáng choang ánh đèn kinh đô ánh sáng! Có đâu cục mịch quê mùa như thứ tiếng Tây Acadia hay Cajun!

2

Trong phần trên, tôi viết cầu Confederation là cây cầu dài nhất thế giới, điều này không đúng. Cầu dài nhất thế giới là cầu *Danyang-Kunshan Grand Bridge* ở Trung Quốc. Sách kỷ lục Guinness ghi nhận vào năm 2011, đây là cầu dài nhất thế giới với chiều dài 164 cây số 8. Có điều chiếc cầu dài nhất này chỉ là cầu cho xe lửa chứ không phải xa lộ cho xe cộ qua lại. Cầu Confederation, với chiều dài chỉ có 12 cây số 9, là thứ tép riu, đứng tới hạng 45 lận, sau cả cầu Trung Lương của Việt Nam, dài 16 cây số. Nhưng tôi không hoàn toàn sai, chỉ viết thiếu. Cầu Confederation là cây cầu dài nhất thế giới băng qua mặt nước đóng băng!

Có một cây cầu khác ở tỉnh bang New Brunswick cũng nhất thế giới. Cái nhất này được viết rõ trên cầu. Đó là cầu *Hartland Cover Bridge*. Cây cầu được lợp mái, đóng tường ván kín mít. Cũng trên cầu ghi rõ chiều dài của cầu là 1282 feet. Tính ra là gần 400 thước. Dài có vậy mà cũng nhất thế giới! Cầu bắc ngang sông Saint John ở Hartland, tỉnh bang New Brunswick. Người vượt qua cầu đầu tiên là Bác sĩ Estey khi cầu chưa hoàn tất để đáp ứng một ca bệnh khẩn cấp. Đó là ngày 13 tháng 5 năm 1901. Thợ thuyền làm cầu phải bắc tạm những tấm ván cho ông qua. Gần hai tháng sau, ngày 4 tháng 7 năm 1901, cầu mới chính thức được khánh thành. Qua cầu phải trả tiền. Lúc đầu cầu chưa được bao kín.

Sương mù ở New Brunswick.

Năm 1920, cầu bị sập hai nhịp phải đóng để sửa chữa. Hai năm sau mới hoàn tất. Cầu được bao kín dù dân địa phương phản đối kịch liệt.

Tôi chẳng hiểu sao họ lại bao kín cầu như vậy. Trong cầu có một đường dành cho người đi bộ. Tôi chui vào thử, tưởng là ngột ngạt lắm, nhưng nhờ có những lỗ trống vuông vức như cửa sổ ở một bên cầu nên cũng không đến nỗi nào. Cầu hẹp, chỉ có một lằn đường cho xe hơi. Mỗi bên đầu cầu có gắn đèn lưu thông. Một bên đi thì bên kia phải đứng trước đèn đỏ. Chờ khi nào bên kia cầu có đèn đỏ, bên này đèn xanh mới được chạy. Cầu bằng cái lỗ mũi nên xe vận tải bị cấm lưu thông trên cầu. Năm 1980, cầu được xếp vào loại di tích lịch sử của Canada.

Một trong những địa điểm du lịch ở tỉnh bang New Brunwick được du khách trầm trồ nhắc nhở tới nhất là ngọn đồi nam châm ở Moncton. Các ông bà bạn tôi đã đi tới đây kể lại kinh nghiệm ngồi xe ở ngọn đồi này như một huyền thoại. Dĩ nhiên tôi phải tới bằng được để thăm…đồi cho biết sự tình. Ngọn đồi này nằm sát ngay nơi đô hội của thành phố Moncton. Moncton là thành phố lớn nhất của tỉnh bang New Brunwick và là thành phố lớn thứ hai của vùng *maritime*. Nghe oai vậy chứ dân số nơi đây chưa được 72 ngàn người.

Xe chúng tôi vừa rời nơi phố thị không đầy năm phút đã thấy tấm bảng chỉ đường vào vùng *Magnetic Hill*. Ngọn đồi nam châm nằm trong một vùng hẻo lánh, chung quanh là những bãi cỏ hoang. Quả thật tôi có hồi hộp khi xe tiến vào con đường nam châm. Đây là một khúc đường trải nhựa chật hẹp và trơ trọi giữa nơi đồng không mông quạnh. Không

Cầu lợp kín ở Hartland, New Brunswick.

Đứng trước hành lang dành cho người đi bộ trên cầu Hartland.

hồi hộp sao được khi sắp bị nam châm cuốn hút! Xe tới đầu quãng đường, tài xế gạt cần số sang *neutral.* Xe không còn phụ thuộc vào động cơ. Vậy mà chiếc xe cứ thoăn thoắt leo lên đồi. Như có một ma lực điều khiển chiếc xe leo lên dốc. Lạ thật! Đây là chốn ma thiêng ngự trị chăng? Tôi thắc mắc. Không tin cũng không được. Các ông bạn tôi từng có kinh nghiệm này đã chẳng úp mở kể lại với tôi trước khi biết tôi sẽ tới vùng này sao? Tôi ôm cục thắc mắc này vào cửa hàng bán đồ lưu niệm. Tôi thấy đám đông bu quanh một tấm bảng gắn trên tường phía ngoài cửa hàng. Chen chân vào coi, tôi thấy tất cả sự thực về huyền thoại nam châm được tiết lộ. Tấm bảng giải thích rất rõ huyền thoại gọi là nam châm này. Bảng giải thích chia thành hai phần. Phần trên là một bức hình vẽ ngọn đồi nam châm với độ dốc như mắt thường chúng ta thấy. Bên cạnh là lời giải thích: độ dốc tự nhiên của phong cảnh đã che dấu đường chân trời đích thực của đoạn đường này. Phần dưới là bức hình vẽ những gì chúng ta không nhìn thấy. Bảng giải thích ghi: nếu bạn thấy được đường chân trời đích thực thì sẽ biết là độ dốc ngược lại. Nói cho rõ ràng thì vì phong cảnh chung quanh mà mắt chúng ta nên chúng ta nhìn con đường mà tưởng là xe đang lên dốc. Nhưng thực ra đó là con đường xuống dốc. Khi chúng ta thấy xe tự động leo lên, đó là lúc xe đang đổ dốc xuống. Vậy là chẳng có nam châm chi ráo. Xe tự động chạy bon bon xuống dốc là chuyện dĩ nhiên.

Có điều tôi thắc mắc là tại sao biết đây chỉ là kết quả của phong cảnh đánh lừa tầm mắt của chúng ta mà người ta vẫn để nguyên tình trạng hiểu lầm này. Họ vẫn dùng tên *"Magnetic Hill"*. Cứ như nơi đây có nam châm thiệt! Trong cửa hàng bán đồ lưu niệm toàn những thứ có dính nam châm. Nam châm đã bị oan ức. Làm chi có thứ nam châm đẩy được những chiếc xe lớn nhỏ. Nếu có thì tôi tưởng tượng sẽ phiền phức lắm. Nam châm hút được cả một chiếc xe khách du lịch có tới năm chục chỗ thì những thứ có kim loại trên người du khách như đồ trang sức của các bà, búc nịt lưng của các ông chẳng hạn sẽ ra sao? Chắc chúng dựng đứng lên tất cả!

Không hiểu tấm bảng lột trần sự thực về huyền thoại nam châm này có từ bao giờ mà mấy ông bạn đi chơi vùng *maritime* trước tôi vẫn úp úp mở mở không nói rõ sự thực. Có lẽ họ có ý tốt khi không muốn tôi mất hứng thú với một nơi được coi là hấp dẫn nhất trong các địa điểm du lịch vùng

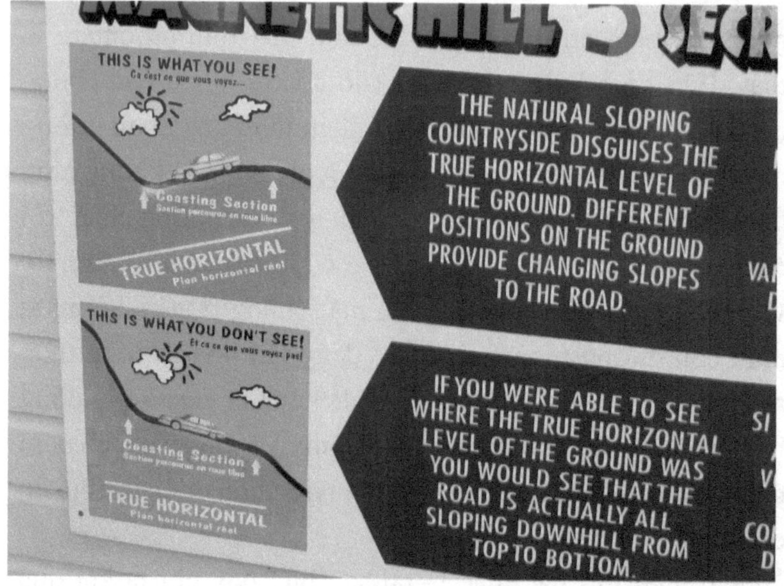

Bản giải mã huyền thoại nam châm ở Moncton.

này. Cứ nghĩ tốt như vậy cho vui cuộc đời. Nhưng thành phố Moncton sao vẫn giữ cái tên *Magnetic Hill* cho vùng này. Chẳng lẽ họ muốn kiếm tí tiền lẻ của du khách vì tôi vẫn phải mua vé vào cửa khu này. Nhưng nay cuộc đánh lừa xuyên qua nhiều năm tháng này coi bộ đã tới lúc hạ màn. Tiệm bán đồ lưu niệm đang bán hạ giá để đóng cửa!

Halifax, thủ đô của Nova Scotia, là thành phố lớn nhất của vùng Đại Tây Dương. Gọi là lớn nhất nhưng dân số, theo cuộc kiểm kê vào năm 2011, chỉ có 390.096 người. Bé nhưng Halifax là thứ bé hạt tiêu. Vì có vị trí nằm đối diện với châu Âu, phía bên kia đại Tây Dương, nên hải cảng Halifax là nơi đón nhận phần lớn dân Âu châu qua định cư vào những thế kỷ trước, khi ngành hàng không còn phôi thai. Là một trong những hải cảng tự nhiên lớn nhất thế giới, Halifax có một vị trí chiến lược quan trọng. Hàng hóa nhập cảng vào Canada qua cửa biển Halifax rất lớn. Số du thuyền ghé bến Halifax khoảng trên 200 chiếc mỗi năm.

Bến tàu Halifax ngày nay là một địa điểm vui chơi của dân chúng với những hàng quán và cửa hàng la liệt chen chân cùng những khu vui chơi giải trí. Lang thang hàng giờ trên bến cảng này, tôi thấy vẫn chưa đi tới đâu. Có quá nhiều nơi phải ghé tới. Biết thế nào là đủ cho một cuộc rong chơi? Có điều làm tôi ngạc nhiên là tuy đã cố gắng chú ý nghe mà tôi không nghe thấy tiếng Việt nơi những người chung quanh. Câu giải đáp có lẽ là vì số người Việt định cư ở đây không đông, chỉ khoảng một ngàn người.

Mắt tôi bỗng chú ý tới một cái cổng đơn sơ dựng lên sát với bờ biển. Cổng được dựng trên một bục gỗ, nối bằng một hành lang cũng bằng ván gỗ, hai bên lan can có gắn hai chiếc phao đi biển. Trên cổng có hàng chữ: *"The Last Steps"*. Những bước chân cuối cùng. Tại sao lại bước chân cuối cùng? Tôi nghĩ, như một du khách, có lẽ đây là một trò vui. Sát bờ biển mà còn dấn thêm một bước nữa thì chỉ có đi thăm Hà bá! Vài du khách bước lên bục chụp hình. Tính tò mò dẫn tôi tới sát cái cổng chơ vơ dưới ánh nắng gay gắt của mùa hè. Tôi thấy một tấm bảng bên cạnh. Ghé mắt vào đọc mới thấy mình bé cái lầm. Không có chuyện vui chơi. Nơi đây là một điểm mốc lịch sử. Đúng chỗ này, ngày 20 tháng 5 năm 1915, những binh sĩ Canada xuống tàu qua Âu châu tham chiến trong cuộc Thế Chiến Thứ Nhất. *"Với hàng trăm binh sĩ, đây là miếng đất cuối cùng của Canada mà họ đặt*

Cổng lưu niệm "The Last Steps".

chân lên. Chúng ta có thể tưởng tượng ý nghĩ của họ khi họ bước chân xuống tàu và nhìn lại hải cảng Halifax mất dần trong tầm mắt họ. Đã có 350 ngàn binh sĩ Canada rời khỏi nơi đây để đi vào một tương lai vô định. Trong số đó, 67 ngàn người đã nằm xuống tại Bỉ và Pháp. Riêng tỉnh bang Nova Scotia đã có 30 ngàn binh sĩ tình nguyện ra đi và 3400 người đã không trở về đất mẹ". Tôi bâng khuâng sau khi đọc tấm bảng ghi dấu này. Đây là một địa điểm lịch sử, nhưng tại sao cái cổng ghi dấu tích này lại đơn sơ đến vậy? Tôi không tự tìm được câu trả lời.

Halifax không phải chỉ là chứng nhân của nhiều thời kỳ trong lịch sử Canada mà còn là một thành phố…trí thức. Nơi đây có nhiều trường Đại học nổi danh của Canada như *Mount Saint Vincent University, Universite1 Sainte-Anne, Dalhou-*

sie University. Tỉnh bang Nova Scotia có mật độ trường Đại học cao nhất so với dân số: 10 trường cho một triệu dân. Dân chúng nơi đây rất trí thức: cứ 4 người dân thì có một người tốt nghiệp đại học. Riêng Đại học Dalhousie hiện có 17 ngàn sinh viên theo học, trong số đó có khoảng 10,5% là sinh viên ngoại quốc từ khoảng 100 quốc gia đến du học.

Halifax còn nổi tiếng vì vụ Titanic. Chuyện Titanic, chiếc tàu du lịch lớn nhất thời đầu thế kỷ 20, bị chìm xuống là chuyện không ai không biết. Nhưng Halifax thì ăn nhậu chi tới Titanic? Cứ từ từ cho tôi nói rõ ngọn nguồn. Titanic đụng vào một tảng băng hà lớn khiến tàu bị bể và chìm vào ngày 14 tháng 4 năm 1912. Ba ngày sau, tàu Mackay-Bennett của Canada rời bến cảng Halifax để giúp tìm kiếm thi thể các nạn nhân. Họ vớt được 328 xác nạn nhân, trong đó có 119 thi thể bị hư hại nặng không thể nhận diện được. Số thi thể…xấu số này được thủy táng ngay giữa biển. Có 121 thi thể được chuyển về chôn cất tại nghĩa trang Fairview Lawn Cemetery ở Halifax khiến nghĩa trang này có số thi thể nạn nhân của tàu Titanic được chôn cất nhiều nhất thế giới. Một số mộ có bia ghi tên người chết đàng hoàng. Trong số đó có một ngôi mộ mang tên J. Dawson.

Năm 1997, khi cuốn phim *Titanic* nổi tiếng của đạo diễn James Cameron được trình chiếu, hầu như giới mộ điệu điện ảnh khắp thế giới biết tới nam tài tử chính Leonardo DiCaprio. Anh chàng tài tử trẻ tuổi, đẹp trai này đóng một vai mang tên Jack Dawson. Ai cũng tưởng Jack Dawson trong phim là người nằm dưới ngôi mộ có tấm bia đề J. Dawson trong nghĩa địa Fairview ở Halifax. Ngôi mộ này bỗng đập dìu người tới viếng thăm. Những vòng hoa phúng viếng đầy tràn ngôi mộ mỗi ngày một nhiều. Ông đạo diễn Cameron la hoảng lên là tên nhân vật trong phim là do ông khơi khơi đặt ra, không có liên quan gì với người nằm dưới mộ. Những cuộc điều tra sau này mới tìm ra ông J. Dawson dưới mộ là một công nhân đốt than trên tàu tên Joseph Dawson. Ông công nhân đốt than không thể là chàng hành khách đào hoa Jack Dawson do DiCaprio đóng được. Ngoài nghĩa trang Fairview còn có hai nghĩa trang khác có chôn cất thi hài các nạn nhân của tàu Titanic với số lượng không đáng kể. Bởi vậy Halifax mới…ăn theo, trở thành một địa danh nổi tiếng trong các thành phố Âu châu thời đó.

Có lẽ không muốn mang tiếng ăn theo nên 5 năm sau, tại chính Halifax, đã xảy ra một vụ nổ tàu rất rùng rợn được sử sách ghi lại dưới cái tên *"Halifax Explosion"*. So với vụ Titanic thì con số nạn nhân trong vụ này nhiều hơn. Vụ Titanic chỉ có gần 1.500 người mạng vong trong khi vụ này có tới hơn 2 ngàn nạn nhân. Ngoài ra có khoảng 9 ngàn người ở cảng Halifax bị thương tích và hàng chục ngàn người mất nhà cửa. Vụ nổ xảy ra vào ngày 6 tháng chạp năm 1917. Chiếc tàu chở chất nổ của Pháp tên Mont-Blanc, trên đường đi từ Nữu Ước tới Bordeaux của Pháp, đã ghé lại cảng Halifax. Tại đây tàu đã va chạm với tàu Imo của Na Uy. Số chất nổ trên tàu Pháp tương đương với 2,9 tấn chất nổ TNT, đã phát nổ làm tan tành mọi thứ trong vòng bán kính 800 thước. Vụ nổ này không được "nổi tiếng" bằng vụ Titanic có lẽ vì Titanic là một du thuyền mà nạn nhân là các vương tôn công tử và các mệnh phụ quyền quý thời đó.

Sẵn đà nói tới các tai nạn của tàu thủy thời đầu thế kỷ 20, tôi lan man thêm ra một vụ nổ khác. Đó là vụ tàu *Empress of Ireland* đụng tàu *Storstad* của Na Uy trên sông Saint Lawrence vào ngày 29 tháng 5 năm 1914, chỉ hai năm sau vụ Titanic. Có tất cả 1477 người trên hai con tàu, 1012 người đã thiệt mạng. Đây là con số tử vong cao nhất tại Canada trong thời bình. Thủ phạm của vụ đắm tàu này là sương mù đã che khuất tầm nhìn của thủy thủ đoàn. Năm 2005, cuốn phim *The Last Voyage of the Empress* đã được trình chiếu ghi lại đầy đủ thảm kịch này.

Tôi đã được coi cuốn phim này tại nơi tưởng niệm vụ đắm tàu. Hàng người đông đảo xếp hàng vào rạp trước mỗi xuất chiếu. Rạp nhỏ, khán giả ngồi trên những hàng ghế dài. Phim chỉ dài khoảng 45 phút nên người ngồi coi vẫn thoải mái, chưa kịp cảm thấy cái cấn cái của những hàng ghế thiếu tiện nghi. Bù vào những khiếm khuyết về tiện nghi, rạp lại được trang bị để chiếu phim bốn chiều 4D. Màn ảnh không chỉ nằm ở phía trước mà còn chạy nối tiếp qua hai bên tường rạp tạo thành một màn ảnh vòng cung khiến khán giả có cảm tưởng đang thực sự tham dự vào khung cảnh của phim. Ngoài âm thanh nổi diễn tả trung thực những tiếng động được chạy vòng quanh rạp, khán giả còn cảm thấy rõ chiều thứ tư của phim bằng những làn gió biển thực thụ thổi tung tóc, cảm thấy cái hừng hực của lửa nóng khi con tầu bốc cháy. Kỹ thuật phim bốn chiều 4D làm khán giả được mắt nhìn, tai nghe và thực thụ cảm thấy hơi nóng, gió thổi theo các diễn tiến trong phim. Tôi phải thú thực đây là lần đầu tiên được coi một phim bốn chiều 4D nên rất khoái. Không

Khu trưng bày hiện vật vớt được từ con tàu đắm "Empress of Ireland".

Phòng chiếu phim và triển lãm hiện vật của tàu "Empress of Ireland" được xây nghiêng như con tàu đang chìm.

biết như vậy mình có quê không? Tuy phim 4D đầu tiên được trình chiếu vào năm 1984, nhưng có rất ít rạp được trang bị để chiếu phim 4D. Vậy nên có lẽ tôi cũng không quê lắm. Ít nhất đã biết mùi vị 4D chỉ chậm có 23 năm!

Rời khỏi rạp, khán giả bước vào phòng triển lãm với các hiện vật thực thụ của hai con tàu mà người ta vớt được trong các cuộc tìm kiếm. Chưa bao giờ tôi được đắm mình vào những gì xảy ra từ hơn trăm năm trước. Nhất là khi rạp chiếu phim và khu triển lãm hiện vật nằm trong một tòa nhà được xây nghiêng như hình con tàu bị đắm.

Địa điểm di tích này nằm trong vùng Pointe-au-Père ở Rimouski. Mà Rimouski lại thuộc tỉnh bang Quebec. Ủa! Chúng ta rời *maritime* hồi nào ta?

08/2017

ICELAND, miền băng đảo

1.

WOW! Đây không phải là một tán thán tự chỉ sự ngạc nhiên hay khâm phục. Đó là tên hãng máy bay của Iceland mà tôi đã cùng nó cưỡi mây vượt biển để tới hòn đảo nằm tuốt trên Bắc Cực. Máy bay của hãng hàng không WOW sơn mầu tím hồng nên trông rất nổi trên phi đạo. Nhìn vào là bắt mắt ngay. Nhưng nhìn các cô tiếp viên hàng không, đồng phục cũng tím hồng phủ trên dáng dấp cao ráo và thanh gọn, dĩ nhiên phải mát mắt hơn nữa. Các cô nàng vùng cao có làn da mịn màng, trắng muốt, mái tóc nâu nhạt hay bạch kim chải vuốt lên, bới thành cái bánh chả sau ót. Trên đầu úp một cái mũ rất điệu nghệ đồng màu tím hồng. Ai người không ngất ngây khi nhìn thấy những bóng hồng biết bay này. Mấy ông bạn cùng đi với tôi chẳng thể gạt đi nam nhi tính. Những ánh mắt nhìn say đắm như gửi gấm vô vọng!

Nam và nữ tiếp viên hàng không WOW.

Nhưng chuyện đẹp để đến đây là chấm dứt. Bay với WOW thiệt tức cái mình. Hành lý kí gửi bị chém tới 88.59 gia kim mỗi va-ly, cộng thêm thuế. Nếu gửi và trả tiền *online* trước thì còn 62.99 đô. Chi tiền đậm hơn nhưng mỗi va-ly chỉ được 20 kí thay vì 23 kí như các hãng máy bay khác. Hành lý xách tay cũng phải nộp tiền răm rắp: nếu trả trước bằng *online* thì 51.99 đô mỗi valy nặng tối đa 12 kí, trả ngay tại quầy cân đồ thì lên tới 63.28 gia kim! Cả một sự bóc lột hành khách. Bóc lột tới vậy cũng chưa đã. Ông bạn tôi lỡ trớn dư ra năm kí, họ chơi ngay 125 gia kim tức khắc. Tính ra mỗi kí dư phải chi ra 25 đô ngọt ngào! Còn chưa đã nư, trên máy bay đường dài, hành khách không được cung cấp nước uống. Muốn có nước uống cũng phải chi ra 4 đô một chai!

Trong tình huống bị bắt nạt không thương tiếc như vậy, may là chuyến bay từ Montreal tới Reykjavik chỉ mất có 4 tiếng rưỡi. Đường từ Bắc Mỹ tới Âu châu sao mà ngắn vậy? Vì Iceland nằm mình ên trên một hòn đảo, cách xa lục địa Âu châu một đoạn biển dài, nên tương đối gần miền Đông Canada chúng tôi hơn. Iceland, còn gọi là Băng Đảo, được kể vào khu vực Scandavia gồm các nước Phần Lan, Thụy Điển, Na Uy và Đan Mạch. Chúng ta thường gọi là các nước Bắc Âu. Tất cả dính vào nhau trên đất liền ngoại trừ Băng Đảo. Thân phận lưu lạc nên khi nói tới các nước Bắc Âu, chúng ta thường bỏ quên Iceland. Chẳng biết có phải vì muốn nhắc cho mọi người nhớ tới thân phận bị bỏ rơi của mình không mà năm 2010, núi lửa ở Băng Đảo phun mù mịt trời đất, tàn tro bay qua khắp châu Âu, khiến máy bay không dám cất cánh vì sợ tro bị hút vào động cơ. Báo hại anh bạn Võ Kỳ Điền của tôi mất bốn ngàn đô. Anh đã đóng tiền cho một cuộc du lịch Iceland, chuyến đi không bị hủy bỏ, nhưng bạn tôi vốn có lá gan không lớn lắm nên rét, ở nhà cho chắc ăn! Mất toi bốn ngàn đô là một mất mát không dễ quên nên chuyến này anh cũng đóng tiền đi Iceland để hỏi tội mấy ngọn núi lửa. Nhưng, than ôi, tới giờ chót anh bị mấy ông bác sĩ moi tim ra ngoài nên mất thêm một mớ tiền nữa mà

Vị trí Iceland trong vùng Bắc cực.

chân vẫn còn dính cứng ở Montreal! Anh than chuyện gì trên đời cũng có cái duyên, không duyên nên anh ao ước mà Iceland vẫn chỉ có trong trí tưởng.

Cú phun ngoạn mục trên của núi lửa Iceland hình như có ép-phê. Bà quản lý phòng ăn nơi khách sạn tôi cư ngụ nói với tôi là số khách du lịch tới từ khoảng gần chục năm nay bỗng tăng vọt lên, tới khoảng một triệu khách mỗi năm. Bà này còn khiêm nhượng hoặc không theo sát tình hình. Thực ra theo thống kê thì trong năm 2017, số du khách tới Iceland đã vượt quá 2 triệu người và đóng góp tới 10% lợi tức quốc gia GDP của nước này. Iceland là đất của núi lửa. Trên xe từ phi trường quốc tế Keflavik về thủ đô Reykjavik, khoảng cách 40 cây số, tôi chỉ thấy chung quanh toàn nham thạch nâu đỏ. Và mùi lưu huỳnh đặc trưng của núi lửa phun ra. Khổ một nỗi cái mùi khăm khẳm này tương tự như mùi bụng dạ con người lỡ tỏa ra nên rất bất tiện. Người nọ nhìn người kia với ánh mắt nghi kỵ không thốt nên lời. Một anh bạn phải mau miệng giải thích sự việc mới giải tỏa được tình thế. Sau đó, trong một lần tới *Geysir Glíma*, chúng tôi mới được mục kích hoạt động tỏa mùi của núi lửa. Khoảng mỗi chục phút, miệng núi lại phát ra một tiếng nổ, tiếp theo là một làn khói bay nhanh lên trời, mùi lưu huỳnh ngào ngạt. Cột khói có khi cao tới cả trăm thước. Thiệt ngộ! Thiên nhiên cũng hoạt động giải tỏa bụng dạ như con người. Một ông bạn, thơ văn đầy mình, đọc ngay một đoạn thơ rất Huế không biết ông lấy từ đâu.

Xịt lên trên trời thiên lôi đứt chạc
Xịt xuống dưới nác cá chết tan tành
Xịt vô trong thành trúc cây trúc cối
Xịt ra Hà Nội đổ nhà đổ cửa
Xịt vô trong lửa đổ nồi đổ niêu.

Quý vị nào thấy chưa đủ đô có thể đổi "X" nơi chữ đầu mỗi câu ra "Đ"!

Du khách chen chúc nhau đứng coi núi lửa hành sự. Có những người muốn thưởng thức cho hết của cải của thiên nhiên đã nhảy vào vòng khói, mắt mờ mịt, mũi khịt ra cho khí khỏi trào vào. Cực khổ như vậy nhưng khi nhảy ra khỏi mù mịt sương khói đã toe miệng cười thú vị cho một kinh nghiệm không dễ gì có trong đời. Trong số người muốn hưởng cái thú thương đau đó có tôi. Anh bạn bấm máy hình chưa nhìn thấy tôi ở đâu trong chốn nhân gian mờ mờ ảo ảo đó, tay chưa bấm máy được, thì tôi đã nhảy ra. Quả thật thiên nhiên có mùi vị nồng nàn hơn con người. Chẳng vậy mà người ta phải kêu là "mẹ thiên nhiên"!

Núi lửa phun khói mù trời.

Ngửi mùi lưu huỳnh trong khói.

Tới Iceland là tới với thiên nhiên. Đi tới đâu chúng ta cũng đụng đầu với những núi, những thác, những băng hà, những suối nước. Con người nơi đây bị thiên nhiên đè bẹp. Dân số của Băng Đảo theo kiểm kê vào năm 2016 là 334.252 người sống trên một diện tích 103 ngàn cây số vuông. Phần lớn dân chúng tụ tấp ở thủ đô Reykjavik. Khi chúng tôi ra khỏi thủ đô, hầu như hai bên đường không có nhà cửa chi. Thỉnh thoảng mới có một xóm làng chừng trăm nóc gia. Có những nơi chỉ có một hai căn nhà. Không hiểu sống cô lập như vậy, đời sống của họ ra sao. Trên đường, xe chúng tôi chạy bon bon một mình. Trước sau trống vắng. Ngoại trừ đoạn đường quanh thủ đô, đường nối liền các thắng cảnh thường chỉ có một làn xe chạy cho mỗi chiều. Bởi vậy nên lái xe ở Iceland hơi vất vả. Đường đèo quanh co rất khó quan sát phía trước. Muốn vượt xe trước phải chờ tới đoạn đường tương đối phẳng phiu, lấn qua làn đường dành cho xe ngược chiều, qua mặt xe trước rồi trở về làn đường của mình. Ngay tại văn phòng của những hãng cho thuê xe, người ta cũng treo bảng nhắc nhở "lái xe ở Iceland không giống như ở những nơi khác". Với những du khách trẻ tuổi thích vượt núi băng đèo, nơi đây là lý tưởng nếu tới đúng mùa.

Thực ra mùa nào nơi đây cũng là mùa du lịch. Mỗi mùa có một vẻ khác nhau. Chúng tôi tới vào cuối tháng 5 tức là vào cuối mùa xuân ở Iceland. Tài liệu du lịch cho biết mùa này hoa trái nở rộ tạo nên một khung cảnh thiên nhiên tuyệt vời. Vậy mà thực ra chúng tôi chẳng thấy hoa nở. Ngay cả những đám cỏ xanh cũng hiếm hoi. Bên đường có những đàn ngựa hay cừu được thả rong trên những thửa đất cằn cỗi.

Xe cô đơn trên đường đèo núi.

Trông chúng nhỏ bé đến tội nghiệp. Có lẽ chúng tôi tới vào cuối xuân nên đất trời đã đổi khác chăng? Nhưng chúng tôi được lời thời gian vì mùa xuân là mùa ngày dài đêm ngắn. Có khi tới 1 giờ sáng, trời vẫn còn sáng. Chưa tới bốn giờ sáng mặt trời đã lại thức giấc bắt đầu một ngày mới. Thời gian giữa lúc ông mặt trời đi ngủ và chăm chỉ thức dậy, ông vẫn chưa chịu an nghỉ hoàn toàn. Trời vẫn không tối hẳn, cứ mờ mờ nhân ảnh. Du khách tới Iceland phần lớn là thanh niên thiếu nữ vì nơi đây có các trò chơi thể thao của vùng núi rất thịnh hành. Vậy thì với những người trẻ tuổi này có khi chuyện ngày dài đêm ngắn là chuyện lỗ chứ lời lãi chi! Mùa xuân từ tháng 4 đến tháng 6, được tiếp theo bằng mùa hè từ 20 tháng 6 đến 20 tháng 8. Nói là hè nhưng nhiệt độ không cao lắm khiến cho lượng du khách đổ về khá đông. Ngày của mùa hè dài miên man. Có những ngày không có đêm vì mặt trời sáng suốt đêm. Iceland rất nhộn nhịp trong những ngày hè. Nhưng mùa du lịch đích thực là mùa thu, kéo dài từ tháng 9 tới tháng 10. Đây là mùa du lịch nở rộ nhất trong năm. Khí hậu mát mẻ, trời mới chuyển lạnh sơ sơ. Du khách đổ tới săn ngắm cực quang *(aurora)* xuất hiện thường nhất vào cuối tháng 9. Mùa đông từ tháng 11 tới tháng 3 năm sau có những "đặc sản" của du lịch mùa đông. Gọi là Băng Đảo, ai cũng nghĩ tới cái giá buốt của mùa đông nhưng thực sự nhiệt độ ở Iceland vào mùa đông ít khi dưới số không. Kém xa mùa đông ở Canada chúng tôi.

Cực quang là đặc sản nổi bật nhất của Iceland. Tôi không tới vào mùa thu nên không được hưởng thứ đặc sản này. Nghe nói tôi đi Iceland, bạn bè hỏi ngay tới cực quang. Thiệt là cực! Cực nên phải tìm coi xem nó là cái chi chi mà nổi tiếng đến vậy. Cực quang là hiện tượng quang học tạo bởi sự tương tác giữa các hạt tích điện từ mặt trời với lớp trên của bầu khí quyển của hành tinh. Các dải sáng liên tục chuyển động và thay đổi khiến chúng giống như các dải lụa màu trên nền trời. Những nước nằm ở vĩ độ cao như Alaska, miền Bắc các nước Canada, Na Uy, Thụy Điển, Phần Lan và Greenland đều có hiện tượng này. Màu của cực quang đi từ trắng, xanh lục, xanh lam, tới hồng và tím tùy cường độ thấp hay cao. Màu phổ biến nhất là xanh lục hoặc xanh lam. Tuy cực quang xuất hiện tại nhiều nước nhưng cực quang ở Iceland vẫn ăn trùm thế giới vì đất nước này có nhiệt độ mùa đông cao nhất nhờ dòng hải lưu vùng vịnh *(gulf stream)* chảy qua. Cực quang xuất hiện tại Iceland với nhịp độ nhiều hơn các nước khác vì dân cư thưa thớt nên độ ô nhiễm ánh sáng thấp. Ngay tới thành phố cũng có thể coi được cực quang. Một yếu tố khác là gió ở Iceland thuộc hàng mạnh thứ ba trên thế giới nên mây luôn thay đổi khiến trời quang đãng hơn. Chuyện gió ở Iceland, tôi sẽ bàn tới sau. Giờ thì theo chân một anh bạn Việt nam tại Iceland đi ngắm cực quang. Trong bài "Chia sẻ Kinh Nghiệm Săn Cực Quang ở Iceland", tác giả Lý Thành Cơ viết: *"Suốt bốn đêm đầu tiên điều kiện để ngắm cực quang gần như vô vọng với mây phủ, mưa, tuyết các thể loại che đi tầm nhìn và chỉ số KP để xem cực quang cũng chẳng tích cực cho lắm. Tại Reykjavik có những* tour *đi săn cực quang bắt đầu từ 8 giờ tối và kết thúc lúc 10 giờ tối. Chuyến đi săn này đảm bảo cho bạn việc chắc chắn xem được ánh sáng mới thu tiền. Nếu bạn mua* tour *này, họ sẽ thông báo* cancel tour *nếu như thời tiết không khả quan và dời lịch cho bạn qua ngày khác. Nếu như lúc bạn thông báo đi* tour *mà vẫn không thấy thì họ sẽ cho bạn đi thêm một lần nữa vào ngày hôm sau cho tới khi thấy được thì thôi. Nếu bạn phải bay vào hôm sau, bên* tour *sẽ gửi bạn* voucher *vô thời hạn để bất kỳ lúc nào bạn quay lại Iceland cũng có thể đi* tour *này. Đến đêm áp chót, vừa mới lên chuyến xe đi săn thì anh trong đoàn đã nhìn thấy phía bên phải hướng sân bay Keflavik và cả đoàn chạy ngay về phía đó. Cảm giác kỳ diệu lắm, một bầu trời đầy sao, còn cô nàng Cực Quang thì đang vần vũ ở trên kia cùng những "đường cong quyến rũ" của mình. Lúc đó chỉ biết thốt lên "Tôi đang ở xứ cổ tích nào thế này!". À chỉ là câu hỏi tu từ thôi, vì biết là mình đang ở Băng Đảo, một nơi có thật ở trên Trái Đất. Ngày hôm sau, đi khám*

Anh Lý Thành Cơ với cực quang.

phá miền Tây Iceland thì tối đó qua nhà một anh người Việt sống tại Iceland chơi, ngồi phải ráng ăn hết một quả đùi cừu Băng Đảo cực to, cực ngon mà chỉ có bốn người. Cừu Băng Đảo là món đặc sản ở đây từ thế kỷ 9 rồi đấy. À mà thôi bàn chuyện cừu, nói tiếp chuyện Cực Quang. Đang ngồi ăn thì anh bạn thấy trời có "triệu chứng" sổ mũi xanh và thế là cả nhóm vội vàng thu xếp quần là, áo lụa lên xe đi săn cô nàng đỏng đảnh này lần nữa. Và anh Đức chở ra hẳn một hồ nước đang đóng băng, với nền là một ngọn núi phủ tuyết từ đằng xa. Trời ơi, kỳ diệu lắm, vì lúc này cực quang còn rõ và đẹp hơn hôm qua, cứ uốn lượn không ngừng và dù trời -9 độ C nhưng adrenaline tăng trong người khiến ta quên hết đi cái lạnh ấy. Mà chụp cực quang đâu có dễ, phải phơi sáng là một chuyện, để cho người sáng theo thì phải có kèm cả đèn flash của iPhone hỗ trợ, chiếu lên trong 3 tiếng đếm rồi bỏ xuống liền. Còn mẫu – là tôi – phải đứng đơ trong một tư thế đó trong 5-6 giây. Mà bạn nghĩ không di chuyển dễ à?

Thử đứng ở đó mà không run cầm cập xem thử trải nghiệm đó đi nhé".

Chuyến đi Iceland vào mùa xuân của tôi không bắt được cô nàng cực quang đỏng đảnh nhưng tôi bắt được anh chàng gió phũ phàng. Phải nói gió ở Iceland là thứ gió…mất dậy! Gió thổi muốn bay cả người. Tôi đã phải hy sinh một cây dù vì anh chàng du đãng này. Chẳng thâm thù gì hãng hàng không WOW nhưng tôi nghĩ phải nói chuyện về phi trường quốc tế duy nhất của Băng Đảo, phi trường Kefiavik. Đất rộng người thưa nhưng phi trường này quá chật chội. Thực ra phi trường không nhỏ nhưng diện tích dành cho các cửa hàng và tiệm ăn quá nhiều nên lấn chiếm hết phần đất phục vụ hành khách. Cửa lên máy bay san sát nhau chật chội. Tới

Giữa gió và biển

giờ lên máy bay, hành khách xếp hàng rồng rắn trên lối đi, muốn di chuyển ngang phải vất vả trăm đường. Những xe chuyên chở người yếu đuối bệnh tật đi ngang nhấn còi inh ỏi. Tới được chỗ soát vé ra cửa lên máy bay, hành khách được đưa lên…xe buýt! Chen chúc nhau đông đảo, lễ mễ tay xách hành lý, xe chạy ra chỗ máy bay đậu. Giờ mới khổ vì gió. Leo lên thang máy bay, gió thổi bạt đầu bạt tóc. Có người nghiêng ngửa đứng không vững. Đầu tóc rối mù như tổ quạ. Không hiểu sao phi trường quốc tế duy nhất của một đất nước đón chào mỗi năm cả hai triệu du khách mà lại bê bối như vậy.

Gió còn hành hạ chúng tôi khi tới bờ biển coi băng hà ở *Jokulsárlón Glacial Lagoon*. Gió thổi văng xúc xích. Người nào người nấy cúi đầu tránh gió. Giữa bờ biển mênh mông lấy đâu ra chỗ tránh được những trận cuồng phong hỗn hào. Năm ngoái tôi đã đi tìm băng hà trên Alaska mà chỉ bắt được những cục băng không lớn hơn chiếc bàn khiến tôi thất vọng tràn trề. Năm nay, tôi mới được mục kích những tảng băng hà vạm vỡ đáng gọi là băng hà, tuy chắc không được như cỡ băng hà đã làm chìm tàu Titanic năm xưa. Gió mặc gió, tôi say mê đứng ngắm những tảng băng gần sát ngay bên, tưởng có thể với tay ra nắm được. Bảng cảnh báo trên lối vào đã dặn du khách không được xuống sát bờ biển, không được leo lên băng hà. Nếu té xuống nước, chỉ năm phút sẽ tắt thở vì lạnh. Tôi lo lắng nhìn xuống một cặp tình nhân trẻ tới sát miệng nước chụp hình với nhau. Chỉ một cái trượt chân có thể tiêu ma tuổi trẻ. Khi yêu nhau có lẽ người ta không sợ chết bên nhau nên hai người trẻ loay hoay chụp hết kiểu này

Băng hà!

Băng hà tạo hình một chú chim.

tới kiểu khác với chiếc máy hình có chân đứng.

Trên máy bay trở về Montreal, bay qua biển Đại Tây Dương, trời sáng chói chang. Nhìn qua cửa sổ, trên biển chi chít những tảng băng hà, cái lớn cái nhỏ, nhẩn nha xuôi Nam. Mặt biển như một nồi đậu hũ trắng ngà. Trái đất đang nóng dần, hiệu ứng nhà kính làm chảy những tảng băng lưu cữu trên Bắc cực từ bao nhiêu thiên niên kỷ qua. Mực nước biển sẽ dâng lên. Biển sẽ cướp dần đất liền. Tôi nhớ tới câu thơ của Tú Xương: *bồng bế nhau lên nó ở non!* Con người trong tương lai sẽ phải bồng bế nhau lên vùng cao, không phải vì sanh đẻ nhiều như ông Tú Vị Xuyên nghĩ, mà vì con người sẽ mất những vùng đất thấp.

Núi lửa trùng trùng điệp điệp vây quanh mỗi dặm đường chúng tôi đi. Làm bạn thân cận với những con quái vật khổng lồ biết phun khói này dĩ nhiên chúng tôi bị lép vế. Núi như đè lên chúng tôi, cả bóng lẫn hình. Làm sao đè được núi nhỉ? Chúng tôi tìm kiếm đường lên núi. Biết thân phận đã lãnh tiền già, chúng tôi chẳng thể như những người trẻ đi *hiking* trèo đèo lặn suối, ba lô trên vai, gậy trên tay, nên đành tìm những chốn ít đoạn trường mà đi. Chúng tôi trực chỉ Snafell-snes, cách thủ đô Reykjavik 160 cây số, nơi đây có ngọn núi lửa có cầu thang trèo lên tới ngọn. Từ xa, cảnh đoàn người nhỏ xíu đang trèo bên núi khiến chúng tôi khoái chí. Trèo tập thể như vậy vừa vui vừa an toàn trên…núi. An toàn thật vì chiếc cầu thang bằng sắt có màu sơn chống rỉ sét, bậc thang là những vỉ sắt có lỗ giữ cho giầy khỏi trượt. Vừa trèo một ông bạn hổn hển nói: "Giờ mà nó phun lửa thì bỏ bu!". Nghe mà muốn bỏ ngoài tai. Nhưng nghĩ là ngọn núi này đã nằm

Miệng núi lửa đã phun 4000 năm trước ở Snapfellnes

yên bốn ngàn năm chẳng lẽ lên cơn hộc lửa ngay lúc chúng tôi đang hớn hở leo lên được sao? Có họa là trúng số độc đắc. Nghĩ vậy nhưng bụng vẫn đánh lô tô. Cái miệng ông bạn thiệt ác ôn! Bốn trăm bậc thang có lẻ chúng tôi đã leo được nửa đường, chẳng lẽ bây giờ tụt xuống. Chặc lưỡi bất cần. Leo tiếp. Miệng núi lửa là một cái hố lớn không được tròn trĩnh lắm. Hố lõm tưởng phải đầy nước, vậy mà khô queo. Bốn ngàn năm mưa trút xuống, nước đi đâu? Đang băn khoăn thì lại ông bạn máu tếu có thừa lên tiếng: "Già tới bốn ngàn năm thì phải khô chứ ướt chi được!".

Tôi nhìn sâu vào chiếc…lỗ. Chỉ thấy rong rêu một màu xanh yếu ớt. Nhìn kỹ mới thấy có mấy cây liên đài như một đóa hoa thầm kín bám vào cạnh lỗ. Nếu nói giữa cái bao la của thiên nhiên con người thấy sự nhỏ bé của mình là nói

Đường lên miệng núi lửa.

sáo, nhưng quả thật tôi đã thấy hạt bụi nhỏ là thân phận mình giữa cái bao la của tạo hóa.

2.

Cả một hòn đảo rộng 103 ngàn cây số hầu như bị núi lửa ngổn ngang chiếm cứ. Phó phẩm là nguồn nước nóng chảy khắp nơi. Dân chúng nơi đây được dùng nước nóng *free* trong nhà. Nguồn nước nóng là "lợi tức" của Iceland. Họ khai thác triệt để hầu mang lại ngân khoản cho đất nước. Một trong những nơi kiếm tiền khẳm nhất là Blue Lagoon. Chưa đến Blue Lagoon là chưa biết hết về Iceland, quảng cáo du lịch của họ nói vậy. Nghe thấy nhột nên lòng dặn lòng là phải tới coi xem nó là cái chi mà ghê gớm vậy. Theo tài liệu thì Blue Lagoon là một hồ nước nóng được thiết lập vào năm 1974 và ngay lập tức được dân chúng khoái tới bơi lội và ngâm mình trong dung dịch nước đậm chất lưu huỳnh và *silica*. Nước hồ có nhiều khoáng chất này rất tốt cho da. Mãi tới năm 1992, Blue Lagoon mới được tân trang toàn diện và trở thành điểm du lịch hấp dẫn cho du khách. Blue Lagoon ngày nay ngon lành với đủ loại dịch vụ. Có *massage*, nhà hàng, quán *bar*, quán cà phê, tiệm bán…bùn, các loại mỹ phẩm chăm sóc da và cả một cái khách sạn loại sang cho các du khách muốn qua đêm. Năm 2016, hồ xanh này được xếp hạng là điểm du lịch được nhiều người thăm viếng nhất trong thiên niên kỷ. Xếp thứ nhì là kim tự tháp *Great Pyramids of Giza*. Nếu chỉ

Blue Lagoon

tắm không thì hai hoặc ba giờ là đủ. Nhưng nếu muốn vui chơi các mục nơi đây thì mất cả ngày.

Sách hướng dẫn du lịch dọa là không dễ lấy được vé vào…thiên đường này đâu. Vậy là lo xong vé máy bay là phải lo liền vé vào Blue Lagoon. Vé có nhiều hạng. Hạng "cá kèo" *(standard)* giá 6100 ISK. Quy ra khoảng 81 gia kim. Hạng này chỉ được ngâm nước trong hồ và bôi mặt nạ bùn trắng. Hạng *comfort* giá 8100 ISK, khoảng 108 gia kim, có thêm một khăn tắm và một ly nước hoặc bia. Hạng *premium* 10.200 ISK, khoảng 136 gia kim, được thêm áo khoác và dép. Ngon lành nhất là hạng *luxury*, giá 53.000 ISK, khoảng 700 gia kim. Hạng này công tử hết mức, hưởng được hầu hết mọi dịch vụ. Bàn thảo chán , đường đường du khách Canada mà chơi hạng cá kèo thì mất mặt bầu cua quá, chúng tôi đồng ý nhích lên chút xíu, mua vé hạng *comfort.* Dù sao cũng chỉ áp chót chứ chưa chót.

Phải công nhận là Blue Lagoon được tổ chức rất khoa học. Sau khi dò danh sách đã mua vé trên mạng *internet*, nhân viên phục vụ lịch sự quàng vào cổ tay tôi một chiếc vòng màu xanh có gắn một con *chip.* Con *chip* này vừa là vé vừa là thẻ tiêu tiền. Mình được những thứ gì, con *chip* ghi hết. Quẹt một cái là lấy được một khăn tắm. Để *chip* vào máy đọc là cửa "thiên đàng" rộng mở. Vào phòng để đồ, quẹt một cái là một *locker* mở ra với số của *locker* hiện rõ trên màn hình. Khóa hay mở đều có con số hiện lên, có đãng trí tới đâu cũng không sao, chẳng cần phải nhớ số *locker* của mình cho mệt óc. Qua phòng tắm phải dùng xà bông đàng hoàng là có quyền ra hồ nước nóng. Nhưng vì khoáng chất của hồ có thể làm cứng tóc, khó chải, nên khách được khuyên nên dùng *conditioner* trên tóc trước khi ra hồ. Cởi áo choàng hay khăn tắm, treo lên những móc có đánh số trùng với số *locker* của mỗi người, khách đã sẵn sàng. Những chiếc dốc thoai thoải có tay vịn đưa khách nhúng những bước chân đầu tiên xuống nước nóng. Khi nhúng được cả người vào nước nóng, đã điếu vô cùng. Từ dưới hồ nhìn lên, gió phất phơ thổi vào những giá treo khăn như những chiếc cờ trắng trong một ngày hội. Tôi nghĩ tại sao người ta không dùng khăn tắm đủ màu cho có không khí hội hè! Da dẻ như nở ra khiến tôi cảm thấy sảng khoái. Mặc dù bay đêm, hầu như không ngủ tối hôm trước, nhưng chúng tôi không thấy mệt mỏi chi. Tại một góc hồ có một thác nước đổ xuống ầm ầm. Khách có thể đứng dưới thác, nước dội mạnh xuống người như được *massage* thích thú vô cùng. Vài nhân viên phục vụ cầm những tô bùn trắng phát cho du khách bôi mặt. Mặt người nào người nấy trắng xóa, cứ như đi dự hội *halloween*! Bùn này làm cho da dẻ mịn màng hơn. Tôi nghĩ bôi có vài tiếng thì ăn thua chi, da cóc chắc vẫn hoàn da cóc, nhưng cứ bôi mặt cho sống lại tuổi thơ miễn là đừng "bôi mặt đá nhau" là được! Ngâm một hồi, lội ra quán giải khát bên hồ, giơ chiếc vòng xanh cho nhân viên quẹt vào máy là có quyền lấy một ly uống giải khát. Có đủ thứ sinh tố, mấy bà thông báo cho nhau có cả nước rau má. Cỡ chỉ nhấp chất cay như tôi và mấy ông bạn thì phải một ly bia. Ly bia lạnh trên nước nóng đã điếu chi đâu! Ngoài ly nước hay bia tiêu chuẩn, nếu khách muốn uống thêm hoặc xí xọn ngồi ăn tại quầy bán đồ ăn nằm sát cạnh hồ tắm thì chỉ việc giơ vòng ra cà, họ sẽ tự động xạc

Bôi bùn trắng tại Blue Lagoon.

Vui đùa trong hồ nước nóng Blue Lagoon.

tiền vào thẻ tín dụng... Vui đùa, chụp hình, chẳng mấy chốc vài tiếng đồng hồ đã trôi qua, chúng tôi leo lên, choàng khăn trong cái lành lạnh của gió và mưa nhẹ hạt, chạy vội vào phòng tắm, ra về. Quẹt cổ tay vào máy đọc, cửa mở ra đồng thời với một cái nắp hộp, khách tháo vòng, bỏ trả vào hộp. Vậy là bay đi hơn tám ngàn ISK!

ISK là chữ viết tắt của *Icelandic króna*, đơn vị tiền tệ của Iceland. Tiếng Pháp gọi là *couronne*. Chúng tôi đến từ xứ nói tiếng Pháp, lại vốn có tính lười biếng, nên gọi tắt là "cu" cho tiện. Tỷ lệ hối đoái giữa cu và gia kim là một gia kim ăn 80 cu nhưng thường người ta chỉ đổi với giá 75 cu, sau khi đã tính tiền dịch vụ. Từ tiếng "cu" gợi hình đối với dân mít ta, chúng tôi đã nhiều phen cười nghiêng ngả. Trên đường đi thăm các thắng cảnh, xe dừng lại các điểm nghỉ xả hơi, chúng tôi phải dùng cu. Giá vào phòng vệ sinh từ 100 cu tới 200 cu tùy nơi. Giá đồng đều cho các ông cũng như cho các bà nhưng cánh đàn ông chúng tôi vẫn thấy lỗ. Một ông phàn nàn: "Tại sao chúng ta phải trả tới 101 cu trong khi các bà chỉ trả 100 cu!". Một ông dĩ hòa vi quý: "Thì có sao đâu, các bà có tới trăm cu đâu phải dễ!". Tới các khu mua sắm nơi phố thị thì cứ việc xả cảng tự do, không cu kiếc chi cả. Đang trăm cu răm rắp đau như hoạn mà bỗng phơi phới được tha bổng, mừng hết lớn, các ông cũng như các bà mách bảo nhau: "Lẹ lên, ở đây không có cu!".

Cu là thứ rẻ rúng ở Iceland. Mua chi cũng phải nhiều cu. Ai cũng lắc đầu vì vật giá ở đây tốn cu quá. Mắc hơn bên Montreal khoảng từ hai tới ba lần tùy theo món hàng. Cùng mằng nhất là cái *hotdog* nơi chợ Costco, bên Montreal chúng tôi chỉ một đô rưỡi, bên Iceland là 4 đô. Bánh mì Subway cỡ 12 inches, bên Canada khoảng bảy đô, chúng tôi đã phải móc túi chi ra tới 22 đô. Vào nhà hàng ăn kéo ghế đàng hoàng là chuyện không tưởng. Một anh bạn nghiên cứu bảng giá trước cửa nhà hàng KFC, thấy vẽ ba cái đùi gà chiên và hàng chữ Iceland, phía dưới đề giá 800 ISK. Tính ra khoảng hơn chục đô Canada. OK! Chơi được! Vào kéo ghế vênh râu chờ. Khi lấy hàng, thấy chỉ một cái đùi gà nằm cô đơn trên đĩa mới hỡi ôi. Được hỏi sao không chất vấn tại sao vẽ ba mà đưa ra có một, anh cười xòa: "Kiện cáo chi, mình mù chữ ráng chịu!".

Chữ nghĩa Iceland dân ta bù trất. Khó nhớ vô cùng. Đậu xe tại một góc đường, ráng nhớ tên hai con phố giao nhau mà chịu. Đành phải chụp hình bảng tên đường cho chắc ăn để khi trở về lấy xe không lạc lối. Cái thứ chữ lộn xộn đó tôi lại khoái. Vì chúng có những dấu giống như chữ Việt chúng ta. Dấu sắc đầy rẫy. Tiệm rượu là *vínbúđin*. Hàng bán cá là *fiskbúđin*. Bạn đọc có nhận thấy chi không? Có dấu chữ "đ" tiếng Việt đàng hoàng. Tôi chưa thấy một thứ chữ nào lại có dấu "đ" như tiếng Băng Đảo. Chẳng là một điều khoái lắm ru!

Một lần vào khu mua sắm Viđhlustum, lớn nhất của thủ đô Reykjavik, mắt tôi đụng vào một *búđin*: *blómabúđin Kringlunni*. Hoa từ trong ra ngoài cho biết đây là một tiệm bán hoa. Điều làm tôi chú ý là cô gái Á châu đứng ở trong quầy đang huyên thuyên tiếng Iceland với khách hàng. Nghi là người nước ta, tôi bước vào hỏi cầu may. Đúng là dân mít thực. Cô Thua Nguyễn mừng rỡ khi gặp đồng hương.

Chuyện một hồi, thấy cửa hàng đông khách, tôi tính rút cho cô làm việc, nhưng cô níu tôi nán lại. Cô là chủ tiệm. Cô cho biết hôm nay khách đông vì là ngày ra trường của học sinh trung học, người ta mua hoa mừng các em. Cô tiếc hùi hụi vì khách đông, không thể bỏ cửa hàng dẫn chúng tôi đi chơi. Theo cô cho biết thì người Việt ở đây khoảng một ngàn người, phần lớn đến từ miền Bắc. Cô là người Hạ Long. Ngày hôm sau, khi vô một tiệm Subway ăn trưa, tôi lại gặp một thanh niên Việt bán hàng tại đây. Anh cũng người miền Bắc, đã ở Đức ba năm mới tới định cư tại Băng Đảo. Anh vui vì được tiếp khách hàng đồng hương. Đúng là người hiếu khách thật vì khi tính tiền anh đã lẳng lặng bớt cho tôi được vài trăm cu. Cỡ hơn chục đô Canada!

Dạo phố ở thủ đô của Iceland, tầm mắt chúng ta luôn có bóng dáng vút cao của một giáo đường có lối kiến trúc độc đáo. Đó là nhà thờ Hallgrímskirkja của đạo tin lành Lutheran. Nằm ở ngay trung tâm thành phố, cao tới 74 thước rưỡi, đây là kiến trúc cao nhất Iceland. Nhìn toàn cảnh phía trước, chiều cao tiến dần từ hai bên vào chính giữa tạo cho người ta cảm giác vun vút như mũi tên lửa nằm trên giàn phóng. Dụng ý của kiến trúc sư Guđjón Samúelsson là mô phỏng theo dáng núi và băng hà là cảnh quan chi phối Iceland. Phải mất tới 41 năm, từ 1945 tới 1986, ngôi thánh đường mới hoàn thành. Thực ra theo sơ đồ nguyên thủy, ngôi nhà thờ không cao như vậy nhưng các giáo sĩ đã thay đổi bắt phải cao hơn. Họ muốn vượt qua mặt ngôi nhà thờ chánh tòa Landakotskirkja của đạo Công Giáo! Chúng tôi đến vào một buổi sáng Chủ Nhật, vào giờ tan lễ nên giáo dân và du khách

Mặt tiền nhà thờ Hallgrímskirkja

Bên trong nhà thờ Hallgrímskirkja

đông nghẹt trước sân nhà thờ. Sau khi chạy loăng quăng, ngắm bên này bên kia mãi tôi mới tìm được một góc cạnh có thể thu vào máy hình được toàn thể kiến trúc mà không bị nhiều người che lấp.

Bước vào nhà thờ tôi cảm thấy ngay như mình được nhấc lên cao với những mái vòm vun vút kéo lên. Nhà thờ hiện đại nên rất sáng sủa, không có cái âm u của những ngôi giáo đường cổ. Những của sổ bằng những tranh trên kính màu được sử dụng rất hạn chế. Hầu như chỉ để nhắc nhở tới truyền thống tôn giáo. Nhưng cây đại phong cầm thì hết xảy. Cũng như những cây đàn loại khủng của các giáo đường khác, dàn ống cái lớn cái nhỏ đứng bên nhau như toán lính xếp hàng thẳng thớm. Nhưng nếu biết từ chiếc đàn bên dưới, cách xa

Nhạc sĩ chơi đại phong cầm trong nhà thờ Hallgrímskirkja

đàn ống trên gác đàn cả vài trăm thước, người ta đã dùng kỹ thuật điện tử với ứng dụng *remote* bắn tiếng đàn lên ống thì mới thấy cái độc đáo của cây đàn. Cây đàn này được hoàn tất vào năm 1992. Khi chúng tôi tới, giờ lễ vừa xong, nhạc sĩ phong cầm vẫn ngồi đánh đàn nên chúng tôi được thưởng thức tiếng đàn của cây phong cầm nổi tiếng này.

Cũng tại thủ đô Reykjavik có một thứ độc đáo khác mà chúng tôi nhất định phải ghé tới. Đó là *Icelandic Phallological Museum.* Viện bảo tàng thì không có chi lạ nhưng bảo tàng trưng bày các bộ phận sinh dục nam của các loài vật có vú thì phải lạ. Có tất cả 282 cái nhũng nhẵng của 93 loài động vật có vú kể cả con người. Người chỉ có tí chút óc tò mò chắc chắn phải muốn đặt chân tới nơi này. Với chúng tôi thì đây là cơ hội hãn hữu vì đây là bảo tàng viện duy nhất trên thế giới về chủ đề hấp dẫn này. Vé vào cửa là 1500 cu hoặc 14 đô Mỹ. Dân hưu trí có giá đặc biệt chỉ 1000 cu thôi. Tôi phiếm với mấy ông bạn: "Tốn có 1000 cu giấy mà được coi tới 282 cu…thịt, quá rẻ!". Các bà cũng không thể không móc hầu bao ra để mở mang kiến thức. Các bà chiếm tỷ lệ 60% trong số 12 ngàn khách thăm viếng mỗi năm. Trẻ em cũng có thể vào coi. Không những được vào mà còn được ưu đãi vì không phải mua vé nếu dưới 13 tuổi và đi kèm với phụ huynh. Bữa chúng tôi đến thì số em học sinh nam cũng như nữ khá đông. Họ là đám khách ồn ào nhất. Các em trai thì cười hô hố. Các em gái cười với hai gò má đỏ hồng! Những gò má non trẻ này còn hồng hơn khi chạm vào chiếc điện thoại, tay nắm cửa toilet, tất cả đều mang hình dạng của quý của phái nam!

Tay nắm cửa phòng vệ sinh trong Bảo tàng Viện

Kể ra con tạo cũng có nhiều sáng tạo. Sinh thực khí nam muôn hình vạn trạng. Có cái xoắn tít như chiếc roi da. Lại có cái vun vút như một đụt măng tre. Có cái chỉ một khúc nhưng cũng có cái dài thậm thượt. Một ông bạn tôi vội đi kiếm của quý của…sư phụ. Tưởng phụ tùng của "ông thầy" phải "hoành tráng" lắm, ai ngờ xoắn tít nho nhỏ như con giun. Tôi đi kiếm loại cho là xịn nhất: hải cẩu, đầu nghĩ tới "tam tinh hải cẩu bổ thận hoàn" của nhà thuốc Võ văn Vân ngày xưa. Cũng thất vọng. Kích thước chẳng bề thế chi. Một

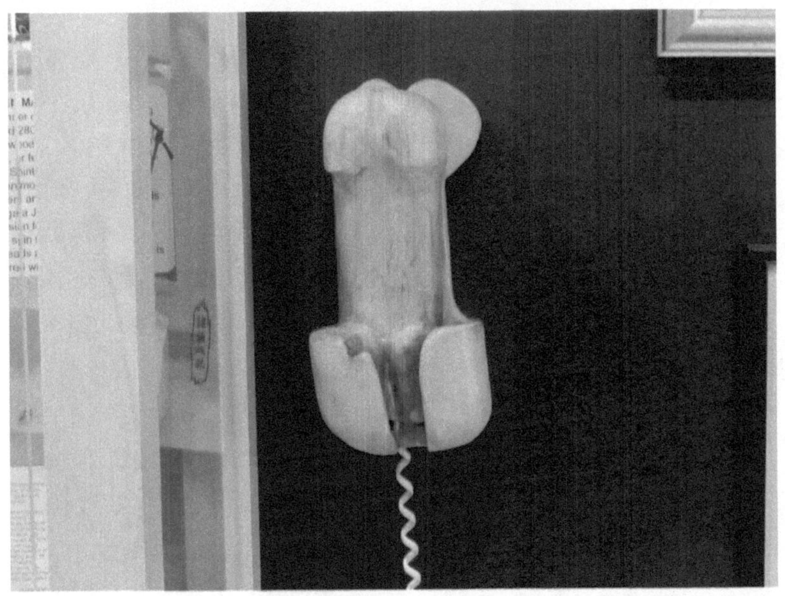

Phôn trong Bảo Tàng Viện.

ông bạn giải thích: pín của dê và hải cẩu được ngưỡng mộ về phẩm chứ không phải lượng, đừng có thấy nhỏ mà khinh!

Trong số hiện vật của bảo tàng viện, cá voi chiếm thế thượng phong. Có tới 55 mẫu vật tất cả. Nếu khoái kích thước thì cá voi ăn trùm. Sừng sững đứng giữa phòng là một của quý của cá voi nằm trong một ống thủy tinh. Tôi thử đứng bên cạnh. Chiều cao của tôi thua cái mẩu thừa của cá voi. Đọc bảng chỉ dẫn trên tường, tôi thấy mình thua là phải. "Hắn" dài tới 2 thước 40, nặng 450 kí, hai viên bi mỗi viên nặng 68 kí! Khiếp! Mấy mụ cá voi làm sao chịu nổi. Nhưng khi hành sự, chỉ một phần ba chiều dài xâm nhập thôi. Vậy cũng đủ để anh đực phun ra 20 lít tinh dịch!

Viện bảo tàng có một không hai trên thế giới này được bắt đầu bởi một trò tinh nghịch. Ông Sigurður Hjartarson

Bên của quý của cá voi.

kể lại câu chuyện lý thú này. Từ hồi nhỏ, ông đã được người ta cho một bộ phận sinh dục của một chú bò rừng và ông làm thành một chiếc roi chăn súc vật. Ông rất khoái cái roi đặc biệt này. Năm 1974, lúc 33 tuổi, ông giữ chức Hiệu Trưởng một trường trung học ở Arkanes. Trong dịp hè, có một số giáo sư của trường đi làm thêm tại một xưởng đánh cá voi. Họ có ý trêu đùa khi mang về tặng ông một của quý của cá voi. Ông thấy cũng hay hay nên giữ lại. Và ông nảy ra ý sưu tầm những bộ phận sinh dục của nhiều loại súc vật khác nhau. Sáu năm sau, năm 1980, ông đã có được 13 cái, bốn cái của cá voi và chín cái của những giống vật trên đất liền. Ông vẫn âm thầm sưu tầm và mười năm sau, ông có được 34 cái. Khi có trong tay 62 dương vật của nhiều loài khác nhau, ông có ý muốn phổ biến tới mọi người nên lập ra bảo tàng viện tại thủ đô Reykjavik. Lúc đó là vào năm 1997. Chẳng biết có phải do số xui khi trưng bày những thứ…hạ đẳng này hay không mà năm 2004 ông phải di chuyển bảo tàng viện này về một làng nhỏ ở Húsavik, nơi người ta hay tới ngắm cá voi. Bảy năm sau, năm 2011, ông được 60 tuổi và nghỉ hưu. Con trai ông, Hjortur Gísli Sigurosson, nối nghiệp cha, dời cơ sở về lại thủ đô và đóng đô ở đây cho tới ngày nay.

Thời buổi mà những chuyện trước đây được coi là thầm kín nay là chuyện chẳng có chi bí mật, khách viếng bảo tàng viện có đòi hỏi cao hơn. Tại sao gọi là bảo tàng của quý của loài có vú mà không có mẫu mã của loài có vú cao nhất là con người. Thực ra đã có sinh thực khí của người cổ đại *homo sapiens*, quà tặng hợp pháp mà bảo tàng nhận được. Ngoài ra, bảo tàng đã làm một việc khá khó khăn là đúc khuôn mẫu dương vật của tất cả 15 thành viên của đội bóng ném quốc gia khi đội này đoạt được huy chương bạc tại Thế Vận Hội Bắc Kinh vào năm 2008. Các dương vật của thành viên đội bóng quốc gia này được đúc bằng bạc. Tôi nghĩ nếu họ đoạt huy chương vàng chắc sẽ có của quý bằng vàng! Những của quý bằng bạc này được xếp ngay hành thẳng lối dưới tấm hình chụp toàn đội banh sau khi đoạt huy chương. Tôi đứng phân vân nhìn vào bức hình và mẫu vật đựng trong hộp kính đặt dưới bức hình. Cái nào là của anh nào? Nhưng dễ chi tiết lộ bí mật cá nhân này được. Họ đã cố ý xếp lung tung để khỏi làm bối rối các cô vợ trẻ của các đấu thủ. Nhưng chủ nhân ông của bảo tàng, ông Sigurður đã tinh quái nói: "Dĩ nhiên các cô vợ của họ sẽ nhận ra ngay thôi!".

Thứ mà khách hàng muốn là thứ thiệt, vàng bạc mà làm chi. Có nhiều ông rất muốn phô trương phần thầm kín của mình. Trong góc một căn phòng nhỏ của bảo tàng, tôi đã thấy hình một ông từ bên Đức qua đứng tụt quần khoe của quý. Tiếc rằng bức hình quá nhỏ nên phần ông muốn khoe

Của quý của các đấu thủ bóng ném huy chương bạc Thế Vận Hội Bắc Kinh năm 2008.

không được rõ ràng để có thể đánh giá ông tới cỡ nào. Đó mới chỉ là hình. Quá thường. Trên *internet* thiếu chi ông muốn khoe của. Chủ nhân bảo tàng cũng đã chấp nhận sẽ có thứ của các ông cho người được ngang hàng với loài vật. Tới nay đã có bốn ông ghi danh hiến. Một ông người địa phương, một ông người Đức (tôi nghi chắc là cái ông chụp hình), một ông Mỹ và một ông người Anh. Cuộc so tài chưa khởi sự vì chưa có vật thể của ông nào được thực sự trưng bày. Ông người địa phương là một người có khuynh hướng nghiêng về nữ tính từ khi còn nhỏ. Điều này không hứa hẹn một sự…hoành tráng. Ông mất vào năm 2011, thọ 95 tuổi. Ở tuổi đó, ông vẫn còn ngon lành, của quý vẫn còn thức dậy ngay ngắn. Ông đã đồng ý trước khi nhắm mắt là bác sĩ sẽ cắt dương vật của ông khi xác còn nóng để của quý của ông được trưng bày với...phẩm giá! Nhưng kết quả thật thảm hại. Dù chuyên gia đã khâu dựng cho nó có khí thế nhưng khi ngâm vào *formoldehyde* nó chỉ còn như một nhúm thịt xam xám, chẳng ra sao cả! Bảo tàng của Iceland nên dân Iceland được ưu tiên. Nhất định chiếc dương vật của người được trưng bày đầu tiên phải là của dân địa phương. Khi chưa có ứng viên, ông chủ bảo tàng viện đã xung phong cung hiến sau khi ông ra ma. Nhưng ông dè dặt nói: "Cái đó còn tùy bà xã tôi. Nếu bà ấy chết trước tôi, vật thể của tôi sẽ được trưng bày. Nếu tôi chết trước bà ấy, tôi không biết sẽ ra sao. Có thể bà ấy sẽ nói không!". Nhà văn kiêm diễn viên người Mỹ Jonah Falcon, có tiếng là có của quý thứ dữ, đã được mời hiến khi ông chết. Lời mời đã được ông chấp thuận. Tới lúc đó may ra con người mới đọ sức được với con vật. Nhưng dù thế, đừng mơ tưởng tới chuyện so kích thước với cá voi!

Tôi lan man chuyện bảo tàng viện *Icelandic Phallological Museum* khá dài. Cũng phải thôi vì cái thứ chỉ có độc nhất trên thế giới mà tôi được đặt chân tới nhìn ngắm mãn nhãn là điều chẳng thú vị lắm ru! Nhưng điều thú vị không kém là cái tên Băng Đảo của Iceland. Trong truyện "Cô Gái Đồ Long" của Kim Dung, Băng Đảo là nơi mà các nhân vật Kim Mao Sư Vương Tạ Tốn, Trương Thúy Sơn Và Hân Tố Tố có thời ẩn núp. Ngày nhỏ, tôi vốn không say mê truyện Kim Dung như các ông bạn tôi nên kiến thức về loại truyện kiếm hiệp này rất lỗ mỗ. Tác giả Trần Nguyên Thắng, chủ nhân của một công ty du lịch nổi tiếng ở Nam Cali, coi bộ rành rẽ hơn tôi nhiều. Trong bài "Từ Iceland Đến Băng Hỏa

Đá và Biển.

Đảo" ông vi vút: "*Cốt truyện nói về sau khi Tạ Tốn đoạt được thanh Đồ Long Đao, ông đã giết hại tất cả quần hùng võ lâm, những ai biết về chuyện ông đã chiếm đoạt được Đồ Long Đao để giữ kín bí mật này. Tuy nhiên, ông lại tha chết cho hai người là Trương Thúy Sơn (đệ tử phái Võ Đang, chính giáo) và Hân Tố Tố (con gái của giáo chủ Thiên Ưng giáo được cho là tà giáo) lý do là vì ông bị thua Trương Thúy Sơn về môn thư pháp chạm khắc vào núi. Nhưng Tạ Tốn buộc hai người phải đi theo ông. Kim Mao Sư Vương muốn tìm một nơi vắng vẻ để suy gẫm về bí mật của thanh Đồ Long Đao. Họ dùng thuyền nhắm ra biển, nhưng không ngờ họ gặp bão tố và bị trôi giạt theo những tảng băng sơn đến một hải đảo lạnh giá phía bắc cực. Đây là một hải đảo có rất nhiều băng tảng to lớn đóng trên đỉnh các núi lửa và có đất đai phì nhiêu. Thời gian trôi giạt tuy dài như thế, nhưng đoàn họ hình như không có ai than phiền về thời gian cả! "Con sư tử bờm vàng" lòng nặng trĩu để hết tâm trí vào sự tìm hiểu ý nghĩa của Đồ Long Đao nên đâu còn biết gì đến thời gian. Hai nhân vật Trương Thúy Sơn - Hân Tố Tố, họ vẫn còn là cặp tình nhân trong thời kỳ trăng mật, cho nên dù thời gian dài đến đâu có lẽ với họ vẫn còn quá ngắn. Cả ba nhân vật đó lưu lại "Băng Hỏa Đảo" có đến mười năm. "Mười năm không gặp" quần hùng giang hồ võ lâm cũng là mười năm bình yên hạnh phúc cho Kim Mao Sư Vương, mười năm hạnh phúc cho "chánh-tà" chung sống. Mười năm đủ để Trương Thúy Sơn - Hân Tố Tố cho ra đời cậu bé Trương Vô Ky. Một niềm hạnh phúc lớn cho cả Kim Mao Sư Vương và cặp vợ chồng Thuý Sơn-Hân Tố Tố".*

Ông Trần Nguyên Thắng đặt ra giả thuyết: phải chăng Băng Đảo, hòn đảo mà Kim Dung mô tả chỉ có băng sơn và núi lửa, chính là Iceland? Tôi giơ cả hai tay hai chân tán thưởng giả thuyết này. Bởi vì nếu đúng như vậy, tôi có thể vênh mặt hỏi các ông bạn thường kể vanh vách truyện Kim Dung: "Này, các ông đã tới nơi trú ẩn mười năm của Tạ Tốn, Trương Thúy Sơn, Hân Tố Tố và nhất là Trương Vô Ky chưa?".

Và tôi sẽ biểu diễn một bộ mặt tỉnh bơ, làm như không có chi quan trọng, nhẹ nhàng nói: "Tôi tới rồi đấy!".

06/2018

CALI, đi đùng pháo Tết

Bảo rằng tôi qua Cali để nghe tiếng pháo tết không hẳn là không đúng. Nơi nào có tiếng nổ là tôi lân la tới. Vừa đã con ráy vừa hểnh mũi hít mùi pháo. Có lẽ mùi pháo mới là thứ tôi tìm kiếm. Cái mùi chi lạ! Nó nhắc lại cả một thời tôi-thơ-dại đuổi theo từng tiếng nổ, từng mùi tết. Chiều ba mươi tết, đứng trước tiệm phở Quang Trung trên đường Bolsa, nhìn qua một dọc cửa hàng thi nhau đốt pháo đóng cửa tiệm để sửa soạn đón năm mới, tôi đã ngây người, hồn lạc về quá khứ. Tiếng pháo kéo tôi về những ngày xa xưa khi tiếng súng chưa rền rã trên đất nước. Thời thanh bình tạo cho tuổi thơ tôi những ngày tết rộn ràng bám riết vào trí óc tôi cho tới bây giờ.

Nhưng tiếng pháo giao thừa mới là tiếng pháo rộn rã nhất. Tôi nghe tiếng pháo của giờ phút tiễn chú gâu gâu ra đi và đón chào chú ủn ỉn tại chùa Huệ Quang. Sân chùa chật kín người. Đứng trong chánh điện nhìn ra, tôi giơ cao chiếc điện thoại thu hình những tia sáng lấp lóe cùng với tiếng nổ ròn rã hợp cùng mùi khét khét tạo nên năm mới. Khi kiểm lại màn hình mới thấy chỉ có tiếng nổ với những đầu người và những bàn tay giơ cao che lấp hết màn hình. Coi như thất bại đầu năm. Ít năm trước, cũng trong dịp qua Cali đón tết, tôi đón giao thừa tại chùa Điều Ngự. Lúc đó chùa còn đang xây cất, chánh điện chưa hoàn tất, đất chùa rộng mênh mông cũng chật kín người. Những con ngựa sắt nằm một dọc cõng kín những giây pháo hồng nối tiếp nhau. Tôi thủ sẵn máy quay phim và quay được toàn cảnh pháo giao thừa nổ dài tới 13 phút. Chưa bao giờ trong đời tôi lại đã đời với tiếng pháo như giao thừa năm đó.

Cũng may, năm nay có vụ đốt pháo khai xuân của nhà sách Tự Lực, nhà sách lớn nhất Cali, nơi những cuốn sách của tôi và bằng hữu có cơ hội khoe mặt với độc giả. Được mời tới dự cuộc tiếp tân trước giờ đốt pháo, tôi được sống trọn vẹn với một cuộc đốt pháo khá lớn. Bãi đậu xe trước cửa tiệm sách đã được dành riêng cho vụ đốt pháo đầu năm

Mâm pháo của nhà sách Tự Lực.

Sẵn sàng nổ!

này. Tôi chứng kiến từ khi các cối pháo to đùng được ôm từ trong nhà ra. Nhìn một cối pháo lớn bằng chiếc mâm loại nhỏ được bưng ra, tôi đã thấy rộn ràng. Trong đời tôi chưa bao giờ được trông thấy một cối pháo như vậy. Pháo thường chỉ là những bánh dài chừng vài tấc, dài lắm cũng chỉ nửa thước là cùng. Cối pháo này khi mở ra nằm thõng thượt tới chục thước. Một cối đã vậy, chủ nhân nhà sách đẹp trai vui tính cùng các nhân viên cứ kìn kìn vác ra tới gần chục cối. Trông thấy mà ngốt. Những chiếc thang nhôm xếp hàng dài cõng pháo không nổi. Pháo phải trải ra từng dây trên nền xi măng. Chờ cho pháo nằm vào vị trí xong xuôi, chủ nhân nhà sách mới châm ngòi khai pháo. Tôi quay phim hình những tia sáng ngoằn ngoèo chạy qua chạy lại cùng với những tiếng nổ chát chúa và mùi pháo thơm lừng cả khu. Được hơn ba phút tiếng pháo mới dứt. Ba phút nổ hình như dài hơn thời gian ba phút thông thường của chiếc kim đồng hồ. Tôi ngây ngất với pháo. Nếu nói tôi trẻ lại vài chục năm cũng không lạ. Đam mê ngày nhỏ nhít nơi quê nhà như gần xịt với những gì đang diễn ra trước mắt nơi quê người.

Pháo là thứ tôi đi tìm trong những ngày đầu xuân năm nay, nhưng chẳng chỉ có pháo. Tới nơi được xưng tụng là thủ đô tỵ nạn của người Việt, tôi còn tìm được nhiều thứ khác. Như bạn bè chẳng hạn. Những bạn bè ngày còn mài đũng quần trên ghế trường Dũng Lạc Hà Nội. Bạn bè những ngày Chu Văn An Sài Gòn. Trong những lần gặp gỡ từng nhóm nhỏ hay trong lần tham dự buổi mừng Tân Niên của Chu Văn An Nam Cali, chúng tôi mặc sức nhắc lại những ngày xa xôi đó. Những chàng trai năm xưa, nay tuổi trẻ đã trốn mất tiêu, vẫn hăng say lớn tiếng như xưa. Sự hăng say này đã có một hậu quả tức cười. Trên sân khấu, ai nói chi thì nói, trên các bàn ăn, chúng tôi nói mạnh bạo hơn. Chẳng ai thèm nghe. Có nhiều ông trên sân khấu đã...dỗi! Có ông dọa đi xuống. Chúng tôi vẫn chẳng *care*. Hỏi ra mới biết mỗi lần họp mặt Chu Văn An đều như vậy. Tình đồng môn át tiếng hát trên sân khấu! Ngày đó, có lúc chúng tôi đã cãi cọ, mắng mỏ nhau. Có bạn còn nhắc tới những trận thượng cẳng tay hạ cẳng chân với nhau để rồi cười xòa nâng ly bia chạm nhau chan chát. Chúng tôi làm lơ những mái tuyết trên đầu, những nếp nhăn trên má, những gậy gộc chống đỡ, những bước thấp bước cao liêu xiêu, để trở về với những ngày tháng nghịch ngợm xưa. Những ông thầy với những hỗn danh được chúng tôi gán cho, những ông giám thị, tổng giám thị khó ưa được chúng tôi mang ra nhắc nhở với những tiếng cười khoái trá. Cả một thời làm quỷ làm ma tái hiện lại nơi những kỷ niệm được tranh nhau nhắc nhở lại. Trong tiếng cười hình như có những tiếc nuối. Những bậc thầy, bạn bè ngày xưa nay không còn nữa khiến hụt hẫng trong mỗi chúng tôi. Chúng tôi đã đi qua những ngày bom đạn, những khét lẹt chiến trường, những nhục nhã tù đày, những sống chết vượt biển để còn có lúc nhìn được mặt nhau như hôm nay. Kề cận cái chết có thể xảy ra bất cứ lúc nào mà ngày nay, sau bao nhiêu can qua, chúng tôi vẫn còn ngồi lại được với nhau, nhìn vào mắt nhau, năm tay nhau kể cũng là phúc phận. Tiếng cười pha lẫn nước mắt. Nước mắt vui lẫn lộn với nước mắt buồn. Dù sao chúng tôi vẫn còn có nhau. Tới tận bây giờ.

Hà Túc Đạo từ Bắc Cali xuống và Đoàn Vinh có mặt tại

Bạn làm báo ngày xưa: Đoàn Vinh, Song Thao, Hà Túc Đạo.

chỗ đã cùng tôi từ Canada sang bày bàn rượu nhớ tới thời làm báo tại Sài Gòn. Bàn nhậu ngày đó đông đảo anh em tay dính mực in nay thu hẹp lại còn có ba tên vừa uống vừa ngậm ngùi nhắc tới những cuộc rượu năm xưa chỉ tàn khi giờ giới nghiêm tới. Cuộc sống bạt mạng những ngày thanh xuân đó được nhắc nhở lại với những tiếc nuối vu vơ. Có một thời người ta sống và có một thời người ta gặm nhấm lại cuộc sống. Chúng tôi đang ở cái thời sau, thời áp chót của cuộc đời. Chia tay nhau biết có còn ngày gặp lại? Chúng tôi như cố quăng đi những muộn phiền của thời gian để vui với cái thời không còn nữa.

Tung hê những ngày tháng cũ, tới Cali nhất định phải lê la hàng quán. Cali là nơi cái bao tử được chiều chuộng hết cỡ. Muốn ăn chi có nấy. Từ những món sang cao lâu tửu quán tới món dân dã đường phố, có đầy đủ hết. Cứ nghếch mặt đọc tên tiệm ăn cũng ngộ ra khối điều hay. Tên những hàng quán tôi đã thấy trong mấy lần qua Cali trước đây hầu như vẫn còn nguyên. Đó là những cửa tiệm có tiếng nấu ngon. Nơi được gọi là thủ đô của người Việt tỵ nạn, các quán hàng đông đảo cạnh tranh mãnh liệt, có nấu ngon mới trụ được lâu dài. Nhưng lần này tôi thấy những tên quán lạ hoắc như Tràm Chim, Chợt Nhớ, Quê Anh Quê Em. Tôi cũng muốn vào thử nhưng cuộc phiêu lưu nào cũng có cái giá của nó, tôi đang đi chơi tại một nơi có những hàng quán quen thuộc nên ngại phiêu lưu. Nếu lưu lại thời gian dài hơn, có lẽ tôi cũng…xông pha.

Chẳng phải đi đâu xa, cứ ra ngoài chợ tết trước mặt khu Phước Lộc Thọ hay hai khu Hội Tết Sinh Viên và Hội Tết ở khu Mile Square, là cái miệng cũng đủ đã điếu. Mực nướng, tôm nướng, thịt nướng, bắp nướng, khoai lang nướng và không biết bao nhiêu thứ dân dã khác. Cứ nếm chỗ này một miếng, chỗ kia một miếng cũng đã đầy cái bụng. Nhất là uống thêm một ly nước mía nguyên chất 5 đô nữa là…tết quá tết!

Món hầu của tôi là phở. Ngoài những cái tên tiệm quen thuộc từ những lần trước, mấy ông bạn thổ công có cho tên mấy tiệm phở nhỏ nhưng rất ngon. Phần vì không có thời giờ, phần vì cái bụng chỉ chứa được ba bữa mỗi ngày, nên tôi cũng chưa phiêu lưu được. Đành cứ bổn cũ soạn lại. Cứ theo tiền nhân tới những Quang Trung, Nguyễn Huệ. Nhưng chỉ hai ngày trước khi tới Little Saigon, tôi đã đọc được tin Phở 79 trên đường Hazard, thuộc thành phố Garden Grove, được trao giải thưởng James Beard, được ví như giải Oscar trong lãnh vực ẩm thực. Giải được trao cho các đầu bếp giỏi nhất, những nhà hàng ngon nhất hay các ký giả chuyên viết về ẩm thực hay nhất. Cái độc đáo là chưa có một nhà hàng nào trong khu vực Orange County nhận được giải thưởng cao quý này. Năm nay giải được trao cho bốn nhà hàng ở Los Angeles và Phở 79 trong hạng mục "Các Nhà Hàng Bất Hủ Ở Hoa Kỳ". Ông Nguyễn Tiến Dũng, người quản lý buổi sáng của Phở 79 trả lời phỏng vấn của báo Người Việt: "Phở 79 chúng tôi từng nhận nhiều giải thưởng ẩm thực của các thành phố hay các tờ báo, nhưng đây là lần đầu tiên nhận được giải thưởng cao quý này, như giải Grammy của ẩm thực. Khi nghe tin, chúng tôi rất bất ngờ vì không nghĩ mình

Bằng khen của Phở 79.

được chọn…Đây là giải thưởng cao quý nhất nên chúng tôi rất hãnh diện cho mình và hãnh diện cho người Việt sống ở Quận Cam. Tổ chức James Beard nhìn nhận người Việt Nam là một phần của nước Mỹ và phở là một món ăn của người Mỹ. Ngoài ra họ còn công nhận sự đóng góp của người Việt Nam cho ẩm thực Mỹ và công nhận sự thành công của người Việt ở Quận Cam". Cái tên Phở 79 làm tôi thắc mắc. Đó là thời điểm nào mà được chọn làm tên tiệm? Phở 54 hay Phở 75 thì còn có ý nghĩa. Nhưng theo ông Dũng thì năm 79 là năm ông vượt biên tới Hoa Kỳ. À, có vậy chứ! Cái thời khắc sống chết đó được ghi nhận là phải. Dân theo đạo phở như tôi, tới Sài Gòn Nhỏ vào đúng lúc huy hoàng của Phở 79, nhất định phải ăn cho biết tô phở danh giá này ngon như thế nào là điều dĩ nhiên. Một ngày Chủ Nhật, tôi ghé tiệm. Hàng người dài dằng dặc đội mưa đứng xếp hàng như rồng rắn làm tôi dội. Biết bao nhiêu tiếng đồng hồ nghểnh cổ mới tới lượt mình? Đi chơi, thời giờ như vàng bạc, ai lại tung hê cả đống vàng bạc cho tô phở dù là tô phở được công nhận là xuất sắc. Thua! Nhưng dân ghiền phở như tôi dễ gì thua liền như vậy. Lần thứ hai, vào một ngày thứ năm, tôi lại lân la tới. May mắn, chỉ có vài người trong hàng chờ trước cửa tiệm. Rồi tôi cũng được kéo ghế. Tô phở tái vè dậy mùi khi được đặt trước mặt tôi. Rõ ra mùi phở. Phở là một món ăn dễ nấu nhưng khó ngon. Ai cũng có thể nấu phở, nhất là những gia đình ở hải ngoại, nhưng phở là một thứ…chia rẽ. Chục người nấu thì có chục trường phái. Cái miệng nếm phở cũng ít có sự đồng thuận. Người thích thế này, người thích thế kia. Tôi hợp gu với tô phở 79. Nhất là có gọi thêm chén đuôi bò hầm ăn thêm

Phở 79.

với phở. Đuôi bò hình như được tạo hóa sanh ra để nấu phở. Nó làm cho phở đậm đà, dậy mùi phở hẳn lên. Hình như bàn nào cũng có chén đuôi bò chứng tỏ phở 79 hầm một số lượng đuôi bò kha khá. Tôi trả tiền cho ông Dũng tại cái quầy đặt trước bức tường có treo hàng hàng lớp lớp bằng khen. Tôi nói một vài câu khen ngợi nhưng chỉ nhận được nụ cười và câu cám ơn gọn lỏn của ông. Ông quá bận thu tiền của hàng người đứng chờ. Cũng có thể ông nhận quá nhiều lời khen nên câu khen của tôi rơi vào sự nhàm chán hàng ngày.

Cả hai lần tôi tới Phở 79, trời đều mưa lớn. Lần đón giao thừa ở chùa Huệ Quang, trời cũng mưa tầm tã. Cali nay đã đổi khác. Trước đây, bói cả năm không ra một cơn mưa, mỗi lần về Quận Cam, tôi đều dọa bạn bè muốn tặng một cây dù đi mưa làm quà. Nói vậy cũng như tặng ca sĩ Thiên Tôn chiếc lược. Nhưng nay chiếc dù là thứ người dân Cali phải có. Thêm vào những cơn mưa là thời tiết lạnh buốt. Dân xứ lạnh như tôi mà còn áo lớp trong lớp ngoài như đang ở Montreal. Mấy ông bạn mắng yêu là tôi mang mưa lạnh từ Canada qua. Nói vậy là oan cho tôi. Nếu phải mang chút thời tiết qua, tôi sẽ mang nàng tuyết qua cho các ông o bế! Nhưng qua Cali là đi trốn tuyết, đời nào tôi lại lễ mễ ôm cô nàng trắng phau qua cho vất vả. Qua xứ Cali là đi tìm sự ấm áp. Tôi đã tìm thấy nơi những bạn học cũ, nơi những bạn làm báo xưa. Tình bạn như rượu quý, càng lâu càng ngon. Nhưng tình bạn văn tại Cali lại có cái ấm áp khác.

Muốn kiếm gặp bạn văn tại nơi quê hương ngoài quê hương này, cứ cà phê cà pháo nơi Factory. Tôi đã ngồi bên những Phạm Phú Minh, Nguyên Khai, Cung Tích Biền, Thành Tôn, Nguyễn Mạnh Trinh như những lần trước. Chuyện của nhiều năm gộp lại nở như pháo ran. Ngồi ở Factory như ngồi ở bàn nhậu đường Phạm Ngũ Lão trước kia ở Sài Gòn. Lâu lâu lại có người xẹt qua, ngồi xuống, uống chút đỉnh rồi bay. Phạm Quốc Bảo đã xẹt qua như vậy. Tràm Cà Mau cũng đã xẹt qua như vậy. Lần đầu tôi gặp anh nhưng chúng tôi đã biết nhau trên những trang chữ. Anh đã nối lại gặp gỡ với tôi tại một quán ăn chay. Tại đây tôi gặp nhà viết tùy bút Trúc Chi. Mái tóc để dài bạc phơ đã đánh lừa tôi. Tôi ngỡ gặp anh lần đầu nhưng anh nhắc đã gặp tôi những năm trước tại nhà Nguyễn Mộng Giác. Ngày đó tóc anh chưa đổ tuyết và sợi tóc chưa dài theo năm tháng như ngày nay. Cũng tại quán chay này, tôi gặp Trần Huy Bích, bút hiệu Từ Mai, chuyên nghiên cứu cổ học, bạn học xưa tại Chu Văn An, con người vô cùng cẩn tắc ngày đó được chúng tôi đặt cho biệt danh "thầy đồ". Ngày nay thầy đồ Bích vẫn cẩn tắc như

Từ trái: Thành Tôn, Song Thao, Nguyễn Mạnh Trinh, Nguyên Khai, anh chị Cung Tích Biền.

Với Trầm Cà Mau.

Từ trái: Song Thao, Trúc Chi, Trần Huy Bích, Tràm Cà Mau.

xưa. Mở miệng là ra thơ chữ Hán rối mò. Anh dặn đi dặn lại lần tới nhất định phải tới trú tại nhà anh. Từ khi chị bỏ anh ra đi, anh cu ky một mình, cần có bạn cho đầy chặt nhà cửa. Tôi gọi đùa anh là nhà "Vũ Hoàng Chương học" vì anh đang bỏ nhiều công sức phanh phui cái gia tài văn học đồ sộ của nhà thơ, thầy dạy chúng tôi năm Đệ Nhị, năm cuối cùng còn môn Việt Văn trong chương trình học. Chúng tôi có một điểm chung là rất quý trọng thơ, cuộc sống hết mình với chữ nghĩa, và cái chết can cường chỉ ít bữa sau khi từ ngục tù cộng sản trở về của thầy Vũ Hoàng Chương.

Một ông đồ khác tôi tình cờ gặp tại Hội Tết Sinh Viên. Đó là Jimmy Nhựt Hà. Ông đồ này trẻ măng, chẳng biết có rành chữ Hán không, nhưng là người đang giữ lại kho tàng âm nhạc Việt Nam. Anh đang giữ hai chương trình trên

Gặp "ông đồ" Jimmy Nhựt Hà.

Hàng ăn san sát nhau trong hội Tết Sinh Viên.

đài SET và đài SBTN: "Jimmy Show" và "Tác Giả và Tác Phẩm". Chương trình đầu chuyên phỏng vấn các ca sĩ và tác giả không còn trẻ. Chương trình sau giới thiệu những tác phẩm của các nhạc sĩ nổi danh từ xưa. Tôi rất trân trọng công việc làm của chàng trai trẻ đẹp này. Trên TV anh diện đúng mốt nhưng cũng có lúc anh mặc áo dài khăn đống như một cụ đồ xưa. Chính nhờ bộ quốc phục này mà tôi nhận ra anh ngay. Anh là bạn Facebook của tôi. Tôi xưng tên là anh vồn vã liền. Sự vồn vã rất chừng mực ra dáng một ông đồ. Anh cho biết là bạn bè vẫn nói con người anh thuộc về thế kỷ trước. Tôi nhìn anh như một hậu sinh khả úy!

Khánh Trường không còn đàn đúm với bạn bè được như xưa. Nhiều căn bệnh thâm niên đã giữ anh trong chiếc xe

Khánh Trường ngồi giữa Song Thao và Tạ Quốc Quang.

lăn quanh quẩn trong nhà. Con người bị thần chết chê không thèm với tay tới vẫn lui tới "tiệm" lọc thận tuần ba lần. Cuộc sống dính vào chiếc xe lăn, với nhiều người là không khá, nhưng với Khánh Trường là chuyện nhỏ. Anh vẫn tươi cười, vọc *computer* bằng những ngón tay lọng cọng. Từ cái lọng cọng này anh đã sản xuất ra những bìa báo đầy mỹ thuật. Tôi được hưởng lây bằng những bìa sách anh vẽ cho những cuốn sách của tôi. Anh là họa sĩ làm bìa sách nhiều nhất hiện nay. Anh vốn là dân chết đến…bàn tọa cũng không *care* nên vẫn mưu toan những chuyện ít ai có can đảm làm. Một trong những chuyện anh đang thực hiện là ra tập san "Mở Nguồn", tiếp nối cho Hợp Lưu, một tờ báo giấy đàng hoàng, chuyện ít ai nghĩ tới. Anh sống với định mệnh của anh: xông vào những chuyện không ai dám làm.

Muốn gặp anh bạn văn Nguyễn Đình Toàn phải tới nhà anh. Anh…tu, ít xuất hiện bên ngoài. Vẫn lối nói chuyện dí dỏm, vẫn tiếng cười nhè nhẹ, anh thanh thản sống trong nghịch cảnh. Cuộc sống tới lúc phải hết mà chưa hết được là cuộc sống của "những điều trông thấy mà đau đớn lòng". Anh nhắc lại câu Kiều như một giỡn cợt nhưng nghe ra rất nẫu lòng. Dù sao còn nhìn được nhau, ngồi với nhau, nhắc chuyện xưa, nhìn chuyện nay cũng đã là một may mắn. Một thứ may mắn tội nghiệp.

Lần tới Cali này, tôi trả được món nợ từ mấy năm qua. Hai lần trước, tôi đã nhận lời với nhà thơ Nguyễn Mạnh Trinh lên đài phát thanh Little Saigon cũng như đài truyền hình Hồn Việt để chuyện trò. Vậy mà những bất ngờ này tiếp nối bất ngờ khác khiến tôi chưa lên đài được. Lần này,

Tại nhà Nguyễn Đình Toàn.

bắt được tôi ở Factory, anh Trinh túm lấy, nhất định không buông ra. Cuối cùng, chúng tôi và cô Nhã Lan cũng đã trò chuyện được với nhau trước máy thâu hình. Buổi thâu hình khó khăn này chỉ chấm dứt trước nửa đêm. Trên đường đưa tôi về, anh Trinh lạc lung tung. Chuyện nhỏ! Cái nợ văn chương cũng là chuyện nhỏ. Thực ra, làm chi có cái gọi là nợ giữa những người viết lách chúng tôi. Chúng tôi đang tham dự vào một trò chơi. Đã gọi là chơi thì chỉ có vui chơi. Chơi được lúc nào vui lúc đó, dù biết rằng một ngày nào đó sẽ chẳng còn đủ sức chơi.

Nằm giữa khu Bolsa là một nghĩa địa bát ngát. Trong những ngày lưu lại đây, tôi đã ngồi trên xe qua lại không biết bao nhiêu lần. Mỗi lần đi qua, tôi nhìn vào trong đám cỏ xanh tươi với những mộ chí nằm đều tăm tắp mà lòng chợt chùng lại. Bạn bè tôi nằm trong đó. Ông bạn Thành Tôn, người đã cho tôi đi ké xe nhiều lần, ngậm ngùi nói: "Trong đó bạn bè ta ngày càng đông vui!". Câu nói rơi vào thinh không. Hình như không ai nói, không ai nghe!

03/2019

DOHA,
cái nôi của World Cup 2022

Doha ở nơi mô, nhiều người chắc sẽ khựng lại không biết hình dung ra sao. Thì đó là thủ đô của Qatar. Vậy thì Qatar ở nơi mô? Nói tới Dubai chắc sự thể sáng tỏ nhiều hơn. Bởi vì dân ta nhiều người biết tới Dubai, thủ phủ của Liên Hiệp Ả Rập Emirates hơn. Năm 1995, lần đầu về Việt Nam thăm gia đình, tôi dùng đường bay qua Pháp. Từ Montreal qua Paris

Bản đồ vị trí Doha và Dubai.

bằng Air France nhưng từ Paris về Việt Nam bằng Vietnam Airlines. Máy bay phải ghé Dubai để đổ xăng. Vậy mới thấy Dubai là chốn…cũ. Từ Dubai, ngó qua eo biển *Persian Gulf*, sẽ thấy Doha. Cả hai đều nằm bên bờ biển, ngó nhau rất dễ. Chỉ cách nhau có 380 cây số, gần xịt.

Tôi tới Doha cũng vì máy bay. Đó là trạm ngừng của hãng máy bay Qatar trên đường qua Thái Lan. Thời gian bỏ ngỏ, tha hồ tiêu pha, lại chẳng phải chi thêm đồng bạc nào cho hãng máy bay, dại chi không thăm dân cho biết sự tình. Sự tình bắt đầu bằng sự cấn cái. Xuống máy bay, tới hàng rào nhập cảnh, hành khách chẳng nhiều, vậy mà ông an ninh chỉ đường bắt chúng tôi tới phía chẳng có ma nào ngồi xét giấy cả. Đứng chờ một hồi mới có hai mợ trùm khăn kín mít đủng đỉnh đi tới. Họ khoan thai bước vào trong lồng kính,

Quốc kỳ Qatar.

chỗ miệng nói chuyện với nhau bất kể khách đứng xếp hàng đợi. Chuyện vãn, họ mới lôi ra các dụng cụ làm việc. Tưởng như vậy là họ bắt đầu, nhưng chưa. Họ kiếm mấy tờ giấy, chùi quanh chỗ làm, uống miếng nước xong mới hất tay gọi người xếp đầu hàng vào. Thủ tục rất lỉnh kỉnh, xét giấy, chụp hình, lăn tay. Cái máy lăn tay bằng điện tử phát ra ánh sáng đỏ rực làm dân ta ngại ngùng khi đút tay vô. Chắc cái máy điện tử này bị mù nên khó nhìn thấy vân tay. Phải ấn mạnh tay xuống nó mới chịu làm việc. Nhiều người yếu tay, ấn mãi không xong, mợ trùm đầu phải bước ra, đè ngón tay du khách xuống. Bực cái mình!

Không như lần ghé Dubai 24 năm trước, chỉ vài tiếng nơi phi trường, lần này tôi lưu lại Doha bốn ngày cho biết nơi sẽ tổ chức giải *World Cup* của FIFA vào năm 2022. *World Cup* thì ai chẳng biết. Dân ta ở hải ngoại cũng như ở ngay trên đất nước đều đã từng thức đêm thức hôm căng mắt ra theo dõi trái banh. Tổ chức *World Cup* ở nơi nóng cháy da, khí hậu sa mạc này là một ngạc nhiên. Tôi tới Doha vào đầu tháng 12 mà nhiệt độ ngày nào cũng khoảng gần 30 độ C. Giải bóng tròn thế giới thường tổ chức vào mùa hè, khoảng tháng 7, nóng tới thế nào chẳng biết. Tôi lần vào coi khí hậu Doha vào tháng 7 năm nay, 2019, xem khắc nghiệt tới cỡ nào. Thống kê ghi lại cho thấy là nhiệt độ trung bình ban ngày là 41 độ C, nóng và ẩm thấp kinh khủng. Cái nóng này kéo dài 11 tiếng mỗi ngày. Trong suốt tháng 7 không có một giọt mưa. Ban đêm nhiệt độ xuống thấp hơn, khoảng 29 độ! Vậy thì đá đấm chi, bộ chuyên đá đèn hay sao? Nhưng khi ứng cử để tổ chức, Doha đã tiên liệu trước những khó khăn này. Và họ tạo ra hai cái "đầu tiên". Đó là lần đầu tiên giải *World Cup*, thường được tổ chức vào tháng 6 hoặc tháng 7, nay được tổ chức vào tháng 11. Chính xác là từ ngày 21 tháng 11 tới ngày 18 tháng 12 năm 2022. Ngày bế mạc này

Phù hiệu World Cup 2022

là ngày quốc khánh của Qatar. Khéo chưa? Kỷ lục thứ hai là lần đầu tiên tất cả 8 vận động trường xử dụng cho World Cup đều được gắn máy lạnh! Trời đất, điện đâu mà chịu cho nổi. Tôi mang chuyện này hỏi anh gác cửa khách sạn nơi tôi ở, anh hãnh diện bảo đừng lo. Họ đã trù liệu hết. Mái các sân vận động được lợp bằng các tấm kim loại thâu sức nóng của mặt trời. Sức nóng này sẽ được biến đổi thành điện dùng để chạy máy lạnh. Họ cam đoan việc chạy máy lạnh sẽ không làm hại môi trường.

Cái nhất thứ ba là lần đầu tiên *World Cup* được tổ chức tại một nước Ả Rập và là lần thứ nhì giải được tổ chức hoàn toàn tại một nước trong khu vực Á châu. Lần thứ nhất là vào năm 2002 khi Nhật và Đại Hàn cùng nhau tổ chức. Tôi hơi ngạc nhiên khi Qatar được FIFA liệt vào các nước Á châu. Đúng ra đây là một nước Trung Đông. Nhưng có lẽ, theo sự phân chia khu vực của FIFA, thì Qatar lọt vào vùng Á châu.

Ngoài những cái đầu tiên kể trên, giải bóng tròn thế giới

Một sân vận động của World Cup 2022.

tại Qatar còn có một cái chót. Đó là lần chót giải gồm có 32 đội tham dự. Lần tới, vào năm 2026, được tổ chức tại Hoa Kỳ và Canada, số các đội tuyển tham dự sẽ tăng lên tới 48 đội.

Tháng 9 năm nay, ông Chủ Tịch FIFA Gianni Infantino đã tới thị sát tiến triển của việc tổ chức. Ông đã tới thăm công trình xây cất sân vận động chính Al Wakrah Stadium. Điều tôi chú ý là ông đã dùng xe điện ngầm đi từ trạm Doha Exhibition and Convention Center (DECC) đến trạm Al Wakrah. Như vậy là ông đã đi cọp, không mua vé, vì hệ thống *metro* tại Doha chỉ sẽ khai trương vào cuối năm nay.

Dự tính là vậy nhưng, không biết có phải họ biết có tôi tới Doha hay không, mà hệ thống *metro* tân tiến này đã được khánh thành sớm. Khi tôi tới thì *metro* đã mở cửa cho công chúng tuy chưa hoàn tất. Họ dự trù có ba đường *metro*, được gọi bằng màu sắc: đỏ, vàng và xanh. Cũng chơi màu như hệ thống *metro* ở Montreal chúng tôi. Đường vàng đã xong hoàn toàn, đường đỏ còn một trạm chót phía Bắc chưa đi vào xử dụng. Còn đường xanh còn đang xây cất. Ông Infantino đã đi trên đường đỏ, từ trạm DECC tới trạm Al Wakra là trạm chót phía Nam của đường này.

Trong bốn ngày lưu lại Doha, *metro* là phương tiện chuyên chở tôi dùng hàng ngày. Trạm *metro* ở ngay trước cửa khách sạn. Bước ra khỏi cửa là leo lên những con tầu hiện đại mới tinh, không người lái, muốn đi tới đâu cũng được. *Metro* ở Doha khác với các nơi khác trong cách điều hành.

Metro là một phương tiện di chuyển bình dân, đại chúng và phổ quát. Thường thì khi *metro* tới là chúng ta hè nhau leo lên, kiếm chỗ ngồi thoải mái, toa nào cũng được. *Metro* ở Doha khác. Có ba hạng toa: toa ngoại hạng gọi là *gold*, toa dành cho đàn ông gọi là *standard*, và toa dành cho đàn bà, con nít và các ông đi theo gia đình gọi là *family*. Chúng tôi thường lấy vé đi nguyên một ngày với giá 6 *riel*. Nếu muốn sang thì đi hạng *Gold* giá tới 30 *riel* lận. Một *riel* khoảng 25 xu Canada. Có lần một nhân viên soát vé mở cửa từ toa *Family* sang toa *Gold* nên tôi nghía trộm được cái toa mà vé đắt gấp năm lần kia, coi nó sang trọng ra sao. Sang thiệt! Ghế bự tổ chảng như ghế *salon* trong phòng khách, trang trí đẹp như đền thánh. Tôi thấy một ông râu ria ngồi giang chân giang tay rất chi là quan cách. Vì phân hạng như vậy nên khách phải đứng đúng cửa lên. Ngăn cách tàu và chỗ đứng chờ tàu là một bức tường kính, có thể soi gương chỉnh lại nhan sắc được. Tường bao trùm kín mít không nhìn thấy xe *metro* đâu. Không như *metro* tại Montreal, chỗ đứng chờ trống hốc trống hoác không một ngăn cách. Mỗi cửa đều có ghi hàng chữ *Gold, Standard* hay *Family*. Khi *metro* tới, cửa mới mở cho hành khách lên. Nhìn cách phân hạng, tôi thắc mắc tại sao không có toa dành cho đàn bà. Nhưng suy ra mới biết là đàn bà ở Doha đâu có được ra đường một mình!

Muốn vào *metro* phải *scan* vé nơi cửa có thanh ngang chặn. Muốn rời *metro* cũng phải *scan* vé. Không hiểu sao khi ra cũng cần kiểm soát như vậy. Nhưng thắc mắc của tôi chỉ là chuyện nhỏ. Dù đã xét vé khi vào khi ra, vậy mà ngay khi đang ở trên các toa *metro* vẫn có những nhân viên đi soát vé từng người. Làm chi phải kỹ lưỡng như vậy? Bộ dân chúng có tính gian hay sao? Văn hóa các nước Ả Rập khác chúng ta nên tốt nhất là dẹp cái thắc mắc đi cho được việc nhà nước. Có một lần tôi chứng kiến nhân viên soát vé trên toa *metro* mời hai hành khách nam đi một mình mà vô toa *Family* phải quay về toa *standard* dành cho phái nam.

Nam nữ thụ thụ bất thân được thi hành triệt để. *Toilet* nam và nữ trong các trạm *metro* cũng như tại các nơi công cộng khác không kề vai sát cánh như tại Bắc Mỹ mà chia cách nhau một khoảng xa. Nam là nam, nữ là nữ, ngàn trùng xa cách. Nhưng với du khách, khi cần đi *toilet*, phải cẩn thận. Bảng phân biệt bên nam bên nữ chỉ vẽ hình người, không đề chữ chi cả. Ngặt một cái là hình người nam hay người nữ đều mặc áo choàng và trùm đầu như nhau, làm sao phân biệt? Sau vài lần kinh nghiệm, tôi mới tìm được cách phân biệt

Bảng chỉ toilet và phòng cầu nguyện nam.

Bảng chỉ toilet và phòng cầu nguyện nữ.

của họ. Nam áo trắng, nữ áo đen!

Thông thường trên bảng vẽ, bên nam cũng như bên nữ, đều có hai hình ngăn cách bằng một lằn kẻ. Một hình đứng và một hình quỳ. Chuyện chi vậy? Ngẫm ra mới biết là người đứng là đi vệ sinh, người quỳ là cầu nguyện. Nhà cầu và nơi cầu nguyện luôn dính vào nhau. Khi tới cửa, coi hình mới biết bên nào là nhà cầu, bên nào là nhà nguyện. Lớ ngớ dám đi lộn bên cầu bên nguyện lắm!

Vì phân biệt nam nữ kịch liệt như vậy nên khi chúng tôi đi tắm biển ở bãi tắm Katara, nhiều chuyện vui vui đã xảy ra. Bãi tắm toàn du khách, không thấy dân địa phương. Du khách thì thoải mái quen rồi. Hai anh vừa là nhân viên cứu cấp, vừa là an ninh giữ gìn trật tự, thì cứ việc công thi hành.

Bãi biển Katara.

Các ông thì dễ. Đừng mặc xi-líp tắm, cứ quần tắm dài xuống tới gần đầu gối là OK. Tôi đúng tiêu chuẩn ngay vì không xớn xác mặc chẽn khoe của. Có chi mà khoe! Các bà rắc rối hơn. *Bikini* hai mảnh thì bị lắc đầu ngay, khỏi phải ngôn. Áo tắm một mảnh nhưng phía dưới không xòe ra mà gắn chặt như si-líp là thua. Nhiều bà tức khí không thèm tắm nữa, thuê ghế và dù ngồi ngắm mấy anh an ninh tới rách mắt. Có bà mê biển quá đành chơi nguyên quần áo xuống nước vừa tắm vừa giặt! Anh an ninh chắc cũng hơi quê nên nói với tôi: "Ông thông cảm. Đây là một nước Ả Rập!".

Dân chúng trên đường phố chỉ vận có hai màu. Nam trắng nữ đen. Không có ngoại lệ. Đồng dạng như vậy chán chết. Vậy mà họ có rất nhiều *shopping mall* sang trọng, bán những áo quần loại đắt tiền, mác miếc đàng hoàng, mà toàn những mác thượng hạng ngoại hạng, để mặc lúc nào không biết. Đó là một bí ẩn khó hiểu. Tôi đã tới một *shopping mall* sang trọng như ở Las Vegas. Đó là Villagio Mall. Trần nhà là bầu trời có mây bay khiến khách đi dạo có cảm tưởng như đang ở ngoài trời. Tới khi thấy những con lạch có *gondola* chạy chở du khách thì trí nhớ mới mách bảo liền lập tức: y chang như The Venetian ở Las Vegas. Nhưng rộng lớn hơn The Venetian tới mấy lần. Đó là chỉ nói về khu *shopping mall* thôi. The Venetian còn có thêm sòng bài và khách sạn, hai thứ mà Villagio Mall không có. Villagio Mall có riêng một khu dành cho những cửa hàng xịn. Đủ mặt anh hùng chen vai thích cánh. Sang cỡ nào cũng có. Không biết có cần phải nói thêm là Villagio Mall này đã được liệt vào danh sách 10 *shopping mall* nổi tiếng nhất thế giới không.

Trong khu mua sắm Villagio Mall.

Gondola trong Villagio Mall

Chen vai thích cánh trên đường phố là các tà áo choàng. Đàn ông đàn bà đều lượt thượt như nhau nhưng những chiếc áo choàng đen coi bộ lép về hơn. Phụ nữ thì nơi nào cũng vậy, thích làm đẹp. Phụ nữ Ả Rập cũng không ngoại lệ. Chiếc áo choàng đen tối tăm cho người đàn bà có ít cơ hội làm đẹp nhưng cũng được thêm thắt chút hoa lá cành. Có những cô, chắc còn trẻ, đó là tôi đoán vậy chứ có thấy mặt mũi chi đâu, điểm thêm ít cánh hoa đỏ sậm chạy dọc theo bên cạnh áo. Hoặc có những đường ren kín đáo chạy dài theo thân áo. Nhưng mặt mũi nhất thiết phải chôn trong làn vải kín cổng cao tường. Có người để hở hai con mắt nhưng cũng có người trùm thêm một tấm voan đen che luôn mắt. Mặt mũi chôn kín dưới làn vải thì ăn uống ra sao. Tôi có ý quan sát trong mấy ngày lưu lại Doha và thấy có hai…trường phái. Có những bà mang khăn trùm có chiếc móc ở phần giữa trán. Khi ăn họ tháo chiếc móc, vải che tụt xuống để hở miệng. Có những bà kín đáo hơn, họ đưa thức ăn từ phía dưới làn vải trùm lên miệng. Họ chỉ cần vén chút vải cho khỏi dính đồ ăn.

Tôi quan sát được chút tiểu tiết cho trí tò mò này tại một khu cổ kính nhất Doha: Souq Waqif. *Souq* có nghĩa là "chợ". Được thành lập hơn trăm năm trước, khu chợ này ngày nay vẫn còn là nơi có nhiều du khách tới nhất. Những con đường nhỏ hẹp, quanh co đầy những cửa hàng bán buôn. Phần lớn là những tiệm ăn nhỏ bán các thức ăn như *hamburger*, khoai chiên và các loại thức ăn Ả Rập mà tôi chưa dám thử. Nơi đây cũng có vài tiệm lớn với từng dãy bàn ghế bày lộ thiên. Đặc biệt là tại mỗi bàn của những tiệm này thường có những ống điếu *shisha* cho khách phun khói. Ngoài các tiệm ăn, khu chợ cổ này còn có những cửa hàng nho nhỏ bán các trang phục Ả Rập, vải thêu, hương liệu và các đồ kỷ niệm. Người đi qua, người đi lại, nơi đây có lẽ là nơi tấp nập nhất của Doha, một thủ đô chỉ có một triệu tám trăm ngàn dân. Con số khiêm nhường này vậy mà chiếm tới 80% dân số Qatar!

Ít người nhưng tài nguyên dầu hỏa nơi đây rất lớn. Dân chúng nơi đây rất giầu có. Khu nhà giầu *Porto Arabia*, được mệnh danh là hòn ngọc của Doha là một khu quy tụ những dân có máu mặt. Tôi tới nơi đây vào một buổi sáng chỉ để ngắm nhà cửa và nhất là du thuyền. Trên bến thuyền, tôi thấy có những chiếc du thuyền ít nơi trên thế giới này có. Chúng được làm bằng gỗ đánh véc-ni bóng loáng. Ngồi trên ghế đá ngắm du thuyền, tôi nghĩ họ phải bỏ biết bao nhiêu công lao để bảo trì chúng. Công lao đó đã có những công nhân tứ xứ đảm đương giùm họ.

Doha là nơi có nhiều công nhân ngoại quốc tới làm việc. Vừa xuống phi trường, vào khu chờ xe của khách sạn tới đón, tôi đã gặp một anh đón khách da đen, người Nigeria, còn độc thân. Anh tâm sự đã làm việc được gần chục năm. Tôi hỏi về đời sống tại một nơi cấm uống rượu, không có trà đình tửu điếm, ra sao. Anh nở nụ cười chịu đựng, nói: chuyện chi rồi cũng quen, miễn là kiếm được tiền. Anh gác cửa khách sạn tôi cư ngụ là một người đến từ Nepal. Anh có vợ con nhưng mỗi hai năm mới về thăm gia đình được một lần. Lái xe buýt là một anh người da đen tới từ Zambia. Đông nhất có lẽ là người Philippine. Chiều chiều, con đường trước khách sạn có những công nhân lũ lượt đi chợ. Trông

Du thuyền bằng gỗ tại khu nhà giầu Porto Arabica.

họ rất vui vẻ, có lẽ vì họ được trả công hậu hĩnh. Những công nhân vệ sinh tại khu *Porto Arabia* toàn là người da đen không biết tới từ xứ sở nào. Họ làm rất tà tà, tụ họp nói chuyện dưới những bóng mát hiếm hoi của cây cối. Công nhân dọn phòng tại khách sạn đều là những người tới từ Phi châu, Đông Âu và Á châu. Thường thì mỗi sáng, tôi có để chút tiền cho người dọn phòng trước khi đi. Khi về, phòng đã được dọn dẹp đàng hoàng nhưng tiền vẫn còn nguyên trên bàn. Vài ngày như vậy, tôi mới suy ra chắc họ bị cấm không được phép lấy. Nhưng khi tôi gặp họ, cho tiền thì họ vội vàng cất, hình như sợ có người nhìn thấy. Có lẽ họ bị ép vào một kỷ luật khá chặt chẽ.

Sống tại một nơi khác văn hóa lại nhiều cấm ky, chắc

họ phải chịu đựng cuộc sống. Nhưng khi cuộc sống bắt như vậy, họ làm chi có đường binh khác. Tôi không thấy các người địa phương làm việc. Chắc các đại gia dầu hỏa này chỉ ngự trong phòng lạnh sang trọng. Thấy chăng, tôi chỉ biết có những nhân viên di trú kiểm soát tại phi trường là người địa phương. Việc này chắc họ không giao cho các công nhân ngoại quốc được.

Sau bốn ngày lưu lại nơi đất nước trẻ trung với những tòa nhà kiến trúc rất lạ, ban đêm những tòa nhà này lên đèn rất lộng lẫy, những con đường rộng rãi, những lề đường lát gạch trơn tru, tôi lại ra phi trường hẹn gặp các cô gái trùm đầu nhiễu sự. Nhưng tôi đã ngạc nhiên khi người tôi gặp, cũng trùm kín mắt mũi, nhưng tươi cười vui vẻ. Trò chuyện tôi mới biết cô làm ca đêm, từ 9 giờ tối tới 6 giờ sáng hôm sau. Lúc cô làm thủ tục rời Doha cho tôi là 5 giờ rưỡi, chỉ còn nửa giờ nữa là cô hết ca. Thức cả đêm mà mặt mũi vẫn tươi tỉnh. Đưa thông hành lại cho tôi, cô chúc tôi bằng an và hy vọng tôi giữ được những kỷ niệm đẹp sau thời gian lưu lại Doha. Kể ra cũng là một kết thúc đẹp cho một cuộc phiêu lưu tới một thế giới khác!

01/2020

HAWAII, thiên đường hạ giới

1

Người ta thường nói Hawaii là "thiên đường hạ giới". Nghe tôi đi Hawaii, mấy ông bạn dặn với theo, nếu gặp tiên, nhớ chụp hình mang về cho các ông ấy coi cho mãn nhãn. Quả thật tôi đã gặp quá nhiều tiên. Không biết có nhiều bằng tiên của nhạc sĩ Văn Cao *"thiên tiên, chúng em xin dâng hai chàng trái đào thơm"* không, nhưng đào thì thiếu giống.

Tiên trong thiên thai khi dâng đào cho hai chàng Lưu Nguyễn chắc là dâng đào trần, không bao bọc chi cả. Tiên ngày nay, theo mốt, kín kín hở hở, chọc tức con mắt chơi, nên dâng toàn đào có bao, tuy bao rất hờ hững. Vậy thì thiên thai hay hạ giới cũng xêm xêm như nhau. Chẳng có chi làm quà cho mấy ông bạn của tôi.

Tôi có đọc được một câu gắn phía sau xe của một em tài xế rất chịu chơi. *"Khi chết, gái ngoan sẽ lên thiên đàng, gái hư sẽ đi lung tung"*. Nơi tôi ngụ tạm tại thiên đàng hạ giới nằm trên đường Kuhio, chỉ đi bộ ít phút là ra tới bãi tắm nổi tiếng Waikiki của vùng Honolulu, đảo Oahu. Ra khỏi nhà là…tiên. Toàn thứ tiên ăn mặc rất cẩu thả. Họ tung tăng dạo phố trong y phục kiệm ước, rất hại mắt. Chắc họ không thuộc loại ngoan. Sao họ lọt được vào thiên đàng? Tôi đồ chừng chắc ông thánh Phêrô, người giữ cửa thiên đàng, không đủ

Bãi biển Waikiki nằm ngay trong thành phố.

ngân sách xây tường!

Các tiên nữ trên đường phố là tiên ngoại nhập, không được kể là tiên chính gốc. Muốn tìm tiên chính gốc, phải tới lễ hội *luau*. Đây là một lễ hội có truyền thống lâu đời, từ xa xưa, trước khi các nhà truyền giáo đặt chân tới Hawaii. Ngày đó, thực phẩm rất hiếm hoi, người ta chia nhau ăn mỗi khi kiếm được thức ăn. Các thần linh cũng được mời về chung vui với mọi người. Miếng ăn ngày đó rất quý vì đó là sức mạnh của thần linh ban cho con người. Khách tới dự lễ hội *luau* được thưởng thức những thực phẩm truyền thống và những màn vũ dân gian cổ truyền.

Thời thế đã thay đổi, *luau* cũng đổi thay. Vào mạng, người ta có thể tìm thấy rất nhiều nơi tổ chức hội *luau*, chẳng biết chọn cái mô. Khách sạn nơi tôi ở đề nghị tới Germaine's Luau. Tôi vào mạng coi xem sao mới thấy *luau* này là của một người ngoại lai. Bà Margaret Germano Mazurek là dân Chicago. Cuối thập niên 1960, bà qua Hawaii chơi và được một nhân viên khách sạn mời đi dự một lễ hội *luau*. Bà bị hớp hồn liền. Bà mê không khí gia đình, những điệu múa địa phương và những bài hát trữ tình. Bà muốn tự mình đứng ra thành lập một *luau* để các du khách có dịp đắm chìm vào bầu không khí thân mật và đầm ấm của đảo. Bà tạo ra một không khí gia đình, tiếng địa phương gọi là *Ohana*, trong lễ hội. Quyết định như vậy, bà trở về Chicago, bán tất cả tài sản, và trở qua đảo Oahu. Bà lập ra một *luau* tại Sea Life Park nhưng vẫn chưa vừa ý về địa điểm. Năm 1976, bà được gia đình Stephenson nhượng lại cho khu đất ngay cạnh bờ biển thuộc vùng nắng ấm West Coast. Truyền thống của gia đình

Stephenson là mỗi khi có một thành viên mới của gia đình ra đời, người ta trồng thêm một cây dừa. Bà Germaine vẫn giữ truyền thống tốt đẹp này. Khi tôi tới, hàng dừa cao lớn và dầy đặc vẫn ngả nghiêng theo gió biển đón khách.

Biết vậy, tôi thích ngay địa điểm lễ hội này. Nhưng *luau* của bà Germaine ở tuốt trên phía Bắc, xa hơn cả đường đi phi trường. Làm sao mà bò tới đó được? Không phải lo. Họ có xe buýt *de luxe* đưa đón từ khách sạn. Vậy thì đi! *Luau* hình như bao giờ cũng được tổ chức ở bãi biển, giữa phong cảnh hữu tình. Một sân khấu trang hoàng đặc chất Hawaii và những dãy bàn dài nằm thẳng góc với sân khấu trên bãi cát đã được làm sạch. Mỗi bàn đủ chỗ cho chục người ngồi trên hai chiếc băng ghế hai bên. Khách được đón tiếp bằng những dây đeo bằng ốc choàng trên cổ ngay bên bãi biển. Trên sân khấu, hoạt náo viên mặc áo hoa hòe hoa sói đặc trưng của Hawaii, đang thao thao đón khách. Khi mua vé, khách cũng được khuyên nên mặc áo quần hải đảo. Tôi súng sính trong chiếc áo có vẽ những cây dừa ngang dọc, mặt mày đen sạm vì tắm biển, trông cũng ra dáng dân hải đảo.

Ngồi chưa nóng chỗ, khách được mời ra một bãi đất trống để lễ…heo. Từng đoàn thanh niên trần trùng trục, bắp thịt nổi vòng, rước đuốc vào thắp sáng hiện trường. Họ làm lễ đào heo. Giữa tiếng nhạc rộn ràng, hai thanh niên đào đất như đào huyệt. Khi miệng huyệt đã mở, họ xoa tay vào chậu nước đá, dùng tay không, bốc những cục đá nóng hổi vứt lên. Cuối cùng, chú heo thiêu từ nhiều giờ trước được khiêng lên. Đây là món ăn truyền thống lễ hội *luau* nào cũng phải có. Thịt heo tơi ra như ruốc chà bông. Khi ăn, thực khách trộn

Sân khấu lễ hội luau.

Đào lấy heo từ đất lên.

vào chén khoai môn đánh đặc sệt.

Nhưng chưa được ăn, khách được mời về lại chỗ ngồi. Nghi lễ khai mạc bữa ăn bắt đầu. Tất cả khách đứng dậy, nắm tay nhau nối kết thành vòng. Trên sân khấu, ca sĩ hát ngợi ca thần linh đã ban cho thực phẩm trần gian, điệu trầm buồn như những câu kinh trong nhà thờ. Xong, từng bàn được mời ra lấy thức ăn, kiểu như ăn *buffet*. Khách tự chọn các món ăn nhưng món heo thiêu khách không được lấy tự do. Một nàng hải đảo đứng xúc cho mỗi khách một muỗng. Ban nhạc gồm các nhạc cụ đàn dây và các loại trống giúp vui trong khi khách thưởng thức các món ăn. Ăn xong, chương trình văn nghệ mới bắt đầu. Tôi nhận thấy họ làm nhộn không khí bằng thủ thuật tương tác giữa nghệ sĩ và du khách. Họ mừng kỷ niệm thành hôn của khách này, sinh nhật của khách kia, hỏi quê quán của khách, bắt thăm trúng thưởng. Đặc biệt nhất là mời du khách lên sân khấu "làm trò" cùng các diễn viên, dạy múa tập thể. Điệu múa truyền thống là múa *hula*.

Hula là điệu múa của các bộ tộc hải đảo từ ngàn xưa. Từ đầu thế kỷ 19, khi các giáo sĩ tới truyền đạo, đã kết án điệu múa này là dâm dục và tà đạo. Nhà vua Kamehameha II chịu áp lực của các giáo sĩ phải ra lệnh cấm múa *hula*. Nhưng ông chỉ ban chiếu chỉ cấm lấy lệ, ngoài đời ông vẫn khuyến khích múa. Thấy dân gian vẫn cứ múa tít thò lò, hai bên giáo sĩ và vua đồng ý một điệu múa *hula* cải cách. Kết hợp thơ văn với âm nhạc và múa với một dàn nhạc hạn chế trong một số nhạc khí được phép. Người hát xướng lên những thơ văn ca ngợi tình yêu, cuộc sống hải đảo cổ thời. Lễ hội chấm dứt bằng một màn chia tay thân mật như trong một gia đình. Khách cũng nắm tay nhau thành vòng như khi bắt đầu. Nhạc chia tay, người người nhìn vào mắt nhau gửi lời tạm biệt. Cặp vợ chồng trẻ ngồi cùng bàn với tôi xiết tay tôi,vừa cười vừa trầm giọng nói họ sẽ rời Hawaii vào ngày hôm sau.

Hula bị các giáo sĩ coi là dâm dục vì chủ yếu dựa vào động tác ngoáy mông. Trên sân khấu, các vũ công quay phần sau về phía khán giả ngoáy lia lịa thành một động tác rất ngoạn mục. Càng ngoáy tít càng được khán giả cổ võ. Sáu cô vũ công quay mông ngoáy về phía khán giả bữa đó tài nghệ khác nhau. Tôi chấm cô gái người thấp nhất nhưng ngoáy dẻo nhất. Hình như có chiếc lò xo được lắp trong mông! Sau đó, tôi có dịp chụp hình với cô này. Đứng sát bên cạnh, tôi mới thấy mình chọn đúng. Cô bé có một nhan sắc rất dễ thương. Đúng là tiên nữ hải đảo!

Thiên tiên, chúng em dâng chàng trái đào thơm. Xin lỗi nhạc sĩ Văn Cao vì tôi đã mạn phép bỏ đi chữ "hai" cho hợp tình hợp cảnh. Hai trái đào tiên của cô vũ công duyên dáng được bao che bằng hai nửa trái dừa chật chội. Đó cũng là một nét riêng của Hawaii. Dừa và thơm là thổ sản tại đây. Nói cho có vần có điệu phải nói theo ngôn ngữ Bắc kỳ: dừa và dứa.

Dừa là thổ sản nhưng muốn uống nước dừa không phải dễ. Tôi đã từng đi qua nhiều xứ dừa. Ở Cuba một trái dừa tươi chỉ có giá 1 đô hoặc rẻ hơn. Tại các *resort*, họ cho uống miễn phí. Ở Thái Lan, không mang danh là xứ dừa, nhưng dừa tươi bán đầy đường, giá cũng chỉ khoảng một đô. Xứ dừa Hawaii khác hẳn. Dừa chỉ là thứ trái…vẽ. Chiếc nịt ngực của cô vũ công là nửa trái dừa, chiếc áo bản xứ tôi mặc khi chụp

Tác giả cùng cô vũ nữ múa trong lễ hội luau.

hình với cô bé cũng vẽ toàn hình cây dừa. Ngoài chợ ê hề các sản phẩm từ dừa. Kẹp tóc, ví bóp, vòng đeo tay, nhẫn, đồ chơi, trái *boule* treo trên cây thông Giáng Sinh và nhiều thứ hầm bà lằng khác. Vậy mà muốn uống nước dừa tươi nguyên trái, tìm đỏ mắt không ra. Trong suốt một tuần lưu lại Hawaii tôi chỉ bắt gặp hai nơi bán dừa tươi. Chỉ là một cái bàn nhỏ trên bãi cỏ và ít trái dừa nằm bên cạnh. Một lần tại một công viên nhỏ, giá mỗi trái 7 đô rưỡi. Và một lần tại một bãi tắm, giá mỗi trái chẵn chòi mười đô!

Dứa, hay thơm, thì phổ biến hơn. Tại lễ hội *luao*, người ta để từng trái thơm cắt sẵn trên bàn cho du khách dùng trước khi khai mạc. Tại các nhà hàng hay các quầy giải khát, thơm nguyên trái hay đã được pha chế bán tràn lan. Trong các điểm du lịch tại Honolulu phải kể tới một nơi khuyên khách du lịch nên tới: trang trại thơm Dole. Dân Canada như tôi chỉ biết Dole là một nhãn hiệu quen thuộc dán trên các trái chuối, nhưng ở Hawaii, Dole lại đi cùng với thơm. Tôi tới trang trại trồng thơm Dole vào một ngày mưa dầm dề. Phải công nhận chủ nhân có óc kinh doanh thuộc loại thượng thừa. Chỉ là một trang trại trồng thơm, vậy mà tiền sảnh biến thành một nơi buôn bán tấp nập với giá chém du khách bằng con dao rất bén. Ngoài các sản phẩm từ trái thơm, các loại đồ dùng, đồ chơi có hình dáng trái thơm hoặc có in hình trái thơm nằm đầy rẫy trên các quầy hàng. Các tiệm ăn, tiệm bán kem và các món ăn chơi khác dùng nguyên liệu bằng trái thơm cũng lôi kéo được nhiều du khách tới mở hầu bao chi tiền. Nhưng tài tình hơn nữa là có những thứ chẳng…thơm chút nào như quầy bán đồ trang sức bằng hạt trai cũng có tới hai quầy tấp nập người đứng vòng trong vòng ngoài. Chiêu lôi kéo khách hàng của họ là một cái chậu nho nhỏ thả chừng chục con trai sống trong nước. Du khách có thể dùng chiếc kẹp để chọn trai sau khi chi ra 15 đô . Một hột trai chỉ có giá

Tách trai sống lấy hạt trai.

15 đô, rẻ mạt. Nhân viên phục vụ sẽ tách trai ra, lấy hạt. Hạt có thể là màu hồng hay màu trắng, xám nhạt hay xám đậm, hên xui may rủi. Như đánh bạc. Tiếng bạc còn hấp dẫn hơn khi một con trai có thể cho tới hai hạt trai. Cô cháu tôi chọn ba con mà trúng hai hạt tới hai lần. Ba trai sanh ra năm hạt! Chỉ tốn có 45 đô. Nhưng tới đây, cái máy chém mới hoạt động. Chẳng lẽ cầm hạt trai chơi, phải gắn thành bông tai, nhẫn hay mặt dây chuyền. Thứ nào cũng vài trăm đô. Mất toi bạc ngàn như không!

Vườn trồng thơm nằm trong khu đất phía sau, muốn vào coi phải dùng xe di chuyển. Xe đây là xe lửa loại nhỏ như ta thường thấy tại các khu giải trí của trẻ em. Ghế ngồi lộ thiên, thấp lè tè. Vậy mà họ ăn gian, dựng hai tấm bảng ghi lịch sử xe lửa tại Hawaii, làm như đây là thứ xe lửa chính hiệu con nai vàng! Tôi vốn ưa đọc các bảng chỉ dẫn. Đọc xong, thấy xe lửa kéo còi đi tới mà hỡi ôi. Không biết vì mưa nặng hột làm lầy lội hay thất vọng vì chiếc xe lửa mà nhất định không bỏ ra 15 đô để leo lên xe.

Dù sao cũng phải khen ông James Drummond Dole, sáng lập viên của cơ sở thương mại này. Ông không phải dân địa phương mà là dân Boston. Hình như Hawaii có tình với dân ở xa. Hết bà Germaine thành công với lễ hội *luau* lại tới ông Dole tạo dựng được sự nghiệp đồ sộ bằng trái thơm. Ông sanh năm 1887 và tới Honolulu vào năm 22 tuổi với 1500 đô trong túi, văn bằng nông nghiệp trong tay và rất nhiều tham vọng. Ông mua ngay một khu đất rộng 61 mẫu và thử trồng đủ thứ. Cuối cùng ông thấy chỉ có cây thơm là thích hợp với loại đất nhiều khoáng chất ở vùng này. Vậy là…thơm! Ông thành lập vườn thơm từ năm 1901 và tồn tại tới ngày nay. Tính ra vườn đã 120 tuổi!

Ngoài thơm và dừa, thổ sản rất nổi tiếng của Hawaii còn hạt *macadamia*. Tôi biết tới thứ hạt này khoảng vài chục năm trước, khi một anh bạn đi Hawaii về cho một gói ăn thử. Ăn rồi mê luôn. Bùi bùi, thơm thơm, beo béo. Thấy ai đi Hawaii về cũng tặng *macadamia*, tôi nghĩ đây là thứ quốc hồn quốc túy của đảo quốc này. Nhưng không phải. Có lẽ Hawaii chỉ là nơi khai thác thương mại thứ hạt này thành công nhất. Thủy tổ của *macadamia* là ở Úc. Người ta tìm thấy cây *macadamia* mọc hoang đầu tiên tại Mount Bauple, gần Maryborough, phía đông nam Queensland bên Úc. Năm 1828, nhà thám hiểm và thực vật học Allan Cunningham mới

Vườn thơm Dole.

nghiên cứu và phổ biến cây *macadamia*. Từ đó, dân chúng vùng Rousmill, đông nam Lismore, ở New South Wales, mới thành lập các vườn cây *macadamia* với tính cách thương mại. Năm 1881, cây *macadamia* mới được mang tới trồng ở Hawaii. Lúc đó người ta chỉ trồng như một loại cây chắn gió và chống thoái hóa đất. Năm 1948, giới nghiên cứu nông nghiệp Hawaii mới bắt tay vào việc trồng thí nghiệm và lai giống để tạo ra loại cây có triển vọng khai thác thương mại. Tuy đi sau, Hawaii lại khôn lanh khai thác rộng rãi hạt *macadamia* tới mức nổi tiếng hoàn cầu. Vậy là ai cũng tưởng hạt này là thổ sản độc quyền của Hawaii. Tôi cũng bé cái lầm từ ngày được nếm hạt *macadamia* do anh bạn đi Hawaii về cho. Ngoài Hawaii, *macadamia* còn được sản xuất tại Brazil, tiểu bang California ở Mỹ, Costa Rica, Do Thái, Kenya, Bolivia, Tân Tây Lan, Columbia, Guatemala, Malawi, Trung Quốc và Thái Lan. Tiểu bang Florida ở Mỹ cũng đã thử khai thác nhưng không thành công. Tuy nhiên, cây *macadamia* là một loại cây trồng làm cảnh và cho bóng mát trước nhà rất phổ biến tại Florida.

Chuyện ít người biết là Việt Nam đang ngấp nghé muốn khai thác thứ hạt mắc giá này. Năm 1994, Trung Tâm Nghiên Cứu Giống Cây Rừng đã gieo hạt giống trồng thử 10 cây tại Ba Vì ở miền Bắc. Sau đó họ thí nghiệm trồng thử tại nhiều nơi khác nhau, nhất là tại vùng Tây Nguyên và Tây Bắc. Tới năm 2018, đã có khoảng hai ngàn *hectare* nuôi trồng *macadamia*. Riêng các tỉnh ở Tây Nguyên đã chiếm tới 1630 *hectare* chia ra như sau: Kontum 50 *hectare*, Gia Lai 80 *hectare*, Đắk Lắk 500 *hectare*, Đắk Nông 600 *hectare* và Lâm Đồng 400 *hectare*. Tuy diện tích đất trồng không bằng Đắk Lắk và Đắk Nông nhưng Lâm Đồng được coi là thủ phủ *macadamia* của cả nước.

Cây *macadamia* cao lớn như cây xoài. Trái nhỏ và mọc

từng chùm. Tại Hawaii vùng trồng *macadamia* nhiều nhất là đảo Big Island. Tôi không tới đảo này nên chỉ nghe nói. Người ta bổ đôi trái *macadamia* để lấy hạt. Hạt *macadamia* chứa nhiều chất béo nhưng ít *protein* hơn hạt hạnh nhân hay hột điều. Theo bạn bè của tôi đã qua đảo Big Island, tới vườn *macadamia*, lượm những trái rụng, đập ra ăn liền được. Rất ngon, bùi và béo ngậy. Tôi chỉ được thưởng thức hạt *macadamia* đã đóng hộp hay vào bao, thường được phủ mật ong hay *chocolate* hoặc pha chế đủ thứ, kể cả…hành. Nhưng tôi thích nhất hạt nguyên chất, rang lên, không bao phủ chi cả. Ăn như vậy mới thấm hết vị của hạt *macadamia*.

Tôi thấy cũng cần nhắc các bạn yêu súc vật là hạt *macadamia* có độc tính với chó. Nếu nuốt phải hạt *macadamia*, chó có thể bị nhiễm độc *macadamia*. Bệnh này là bệnh *macadamia toxicosis*. Khi nhiễm bệnh, chỉ 12 tiếng đồng hồ sau, chó sẽ bị suy yếu và tê liệt hai chân sau tới mức không đứng vững. Tùy theo số lượng hạt nuốt vào và kích thước của chó, bệnh có thể khiến chó run rẩy, tổn thương cơ bắp và tổn thương bụng. Vậy nên các *fan* của chó đừng người một hạt, chó một hạt mà mang họa.

Đến Hawaii, tới bất cứ một tiệm tạp hóa hay quầy hàng của chợ trời nào, chúng ta cũng gặp hạt *macadamia*. Nhiều như vậy nhưng giá không rẻ. Không rẻ thì cũng phải mua làm quà. Từ Hawaii về mà không có tí hạt, quê òm! Muốn khỏi quê mà không hại quá đáng tới túi tiền, cứ Costco thẳng tiến. Tại Costco có nguyên một khu chuyên bán hạt *macadamia*. Đủ thứ. Muốn chi cũng có. Giá lại rất phải chăng. Chỉ tội phải mua nhiều vì hộp nào cũng dềnh dang, chiếm nhiều

Hai món quà từ Hawaii: hạt macadamia và Honolulu Cookie.

chỗ trong va-ly quy hồi cố quốc.

2

Đặc sản của Hawaii còn có Honolulu Cookie. Thấy thiên hạ chen chúc lao xao đầy cửa tiệm, tôi cũng thử vào coi. Hỏi một bà khách, được biết đây là loại bánh *cookie* đặc biệt của Honolulu. Thấy trên bàn nơi góc tiệm có để một dàn lọ trong có những miếng bánh nhỏ xíu cho khách nếm thử, tôi cũng thử. Khác với các loại bánh thông thường khác thiệt. Bảo khác làm sao, tôi không mô tả được. Chỉ biết là ngon, vừa có vị ngọt, vừa có vị mặn, lại thêm vị thơm của từng loại bánh. Có bánh *chocolate,* cà phê, cam, thơm. Cứ đếm khoảng hai chục lọ cho ăn thử thì biết bánh có bao nhiêu mùi vị. Tiệm bày la liệt các hộp bánh trình bày rất đẹp để làm quà tặng. Thứ to thứ nhỏ, hình thái, màu sắc rất bắt mắt. Không mua sẽ tiếc. Nhà hàng lại còn chơi chiêu khuyến mãi, mua từ 50 đô trở lên được tặng một hộp bánh nhỏ. Vậy là khách nào cũng khệ nệ bưng vác. Bữa đó tôi cũng mỏi tay!

Cà phê cũng có thứ đặc biệt của Hawaii. Đó là cà phê Kona. Cũng nhiều loại lắm. Không biết sao Hawaii thích làm đau đầu du khách thế không biết! Sơ sơ có thể kể ra: Keala, Volcania, Koa. Là đặc sản nên giá cũng đặc biệt. Khoảng 50 đô một gói 100 gram. Cà phê Kona được trồng ở vùng Kona trên hòn đảo lớn nhất của Hawaii. Khí hậu nơi đây rất hài hòa, nắng mưa đồng đều. Cà phê được trồng trên những sườn núi lửa như Hualalai và Mauna Loa. Nơi đây có loại đất đen rất phì nhiêu, nhiều khoáng chất. Đã đụng tới cà phê Kona thì Starbucks bị làm lơ ngay. Thứ cà phê…vua này chỉ được bày bán tại các tiệm cà phê loại xịn. Tôi uống loại cà phê Hawaii này tại tiệm Honolulu Coffee ngay bên khuôn viên khách sạn Moana. Vị rất lạ. Hơi có mùi đất, nằng nặng nhưng rất thơm và đằm thắm.

Khách sạn Moana là khách sạn đầu tiên của vùng Wai-kiki. Nó nằm trên đường nào, đừng bắt tôi nhớ. Vì tên đường ở Honolulu phần lớn là tên địa phương, đọc còn trẹo họng không ra, nói chi tới nhớ. Loanh quanh bên khách sạn tôi ở có các đường: Kapiolani, Kalãkaua, Mahukona, Kona, Makaloa, Kalauokalan. Đừng bắt tôi thuộc các tên đường, tội nghiệp! Nếu cần nhớ thì chỉ hai chữ địa phương là đủ xài: *aloha* là chào mừng và *mahalo* là cám ơn. Ngay trước khách sạn có bảng đá ghi "tiểu sử". Được khai trương vào

Bảng ghi tiểu sử khách sạn.

Khách sạn đầu tiên của Honolulu.

ngày 11 tháng 3 năm 1901, khách sạn được dân chúng ưu
ái gọi là "Đệ Nhất Phu Nhân của Waikiki" (*The First Lady
of Waikiki*). Khi đó khách sạn chỉ có 75 phòng, giá thuê là 1
đô rưỡi một đêm. Năm 1932, khách sạn được bán với giá 1

triệu 600 ngàn đô. Năm 1959, tổ hợp Sheraton mua lại, giá cả không được tiết lộ. Cũng năm này, Hawaii chính thức trở thành một tiểu bang của Hoa Kỳ.

Vào bên trong khách sạn, tôi thấy họ vẫn giữ được những kiến trúc cổ với những hàng cột cao vút và những cầu thang vòng rất đẹp. Quá khứ huy hoàng vẫn còn hiện diện tới ngày nay. Phía sau khách sạn là khu bãi biển dành riêng cho khách trọ. Có bãi tắm và khu chơi ván trượt sóng.

Bãi biển tại Hawaii là thứ thừa thãi. Lái xe một vòng đi dọc theo bờ biển, hình như chỗ nào cũng có nơi cho người ta xuống tắm. Gặp một người thích tắm, chắc quần áo lúc nào cũng ướt nhẹp! Một bữa trời mưa, tôi tới một bãi biển khá lạ. Họ làm một cái đập ngăn sóng, chỉ chừa một khoảng nhỏ cho nước lưu thông. Tắm ở đây như tắm trong hồ nước mặn, an toàn trăm phần trăm. Các tay trượt sóng chắc chê chỗ này nhà quê! Tới một nơi khác, bãi Fort DeRussy Beach lại khác, có sóng ào ào. Đây là thiên đàng của những tay bay lượn trên sóng. Nhìn thấy những bóng người nhỏ xíu lặn hụp với sóng, khi trồi lên khi mất hút trong sóng, tôi đứng trên bãi mà thấy rùng mình. Hà Bá đâu có hiền lành chi mà giỡn mặt! Sóng ào ào bên tai, những người thân của các tay cưỡi sóng đứng trên bờ cát, mặc quần áo tắm mà người khô khốc, ngồi nhìn ra khơi. Tôi không biết tâm trạng họ ra sao. Chắc cũng thót tim thót bụng. Vậy mà hàng trăm con người nhỏ li ti đang hì hục nhồi sóng, lại có thêm hàng chục người hăm hở vác bàn trượt tiếp tục ra nhập bọn.

Tắm biển phải có sóng mới thú vị. Có một lần tôi tắm nguyên một ngày tại bãi tắm Waimea. Buổi sáng biển rất hiền hòa, tắm biển như tắm sông. Buổi chiều, từng đợt sóng xô nhau vào bãi. Càng lúc sóng càng tăng sức mạnh. Nhảy sóng theo mỗi đợt sóng đánh vào thật thú vị. Bỗng nhiên tôi nhớ tới những lần tắm ở Vũng Tàu ngày xưa. Bãi Ô Quắn cũng có những đợt sóng tương tự. Kỷ niệm dội về lảng nhách khiến nao nao lòng. Bãi tắm Waimea là một bãi tắm nguyên sinh. Sinh vật được bảo vệ. Không biết có phải vì vậy mà mỗi du khách tới tắm phải mua vé 7 đô rưỡi không. Tôi dùng chữ "du khách" để phân biệt rành rọt. Dân địa phương thì cứ thong thả tới tắm, không phải trả một xu nào. Trước khi xuống bãi, dân tắm biển, dù là du khách hay dân địa phương, đều phải vào coi một đoạn phim dài chừng chục phút. Ngoài phần trình bày lai lịch bãi tắm, phần quan trọng là những điều khách tắm biển phải tôn trọng. Không được chạm tay chân vào các phiến đá rong rêu vì đây là nguồn thực phẩm của sinh vật dưới biển. Không được chạm vào cá và các sinh vật khác. Chỉ ngắm thôi. Dụng cụ để ngắm là những mặt nạ hoặc các mắt kính có gắn ống thở. Vậy là bữa đó tôi được mục kích cảnh tượng hàng loạt chiếc mông chổng lên trời, mặt áp xuống mặt nước để coi rùa và cá. Người ta cho biết có khi đứng tắm cũng có cá lội quanh mình. Bữa đó chẳng có chú cá nào lội bên tôi. Tài liệu trong phim cho biết bãi Waimea là nơi cá voi lưng gù (*humpback whale*) tới giao phối, sanh nở và nuôi con. Mỗi năm, từ tháng 11 đến tháng 5, một nửa số cá voi lưng gù của biển Bắc Thái Bình Dương vượt ba ngàn dặm tới vùng nước ấm Hawaii. Thời gian này, dân tắm biển có thể thấy cá voi bơi gần và làm xiếc rất bắt mắt. Tới mùa xuân và mùa hạ, cá quay trở về miền biển lạnh ở Alaska và vài vùng khác trên miền Bắc.

Bãi tắm Waikiki nằm ngay giữa phố phường được nhiều du khách chiếu cố nhất. Có lẽ vì tiện lợi. Từ nơi tôi ở, chỉ mất vài phút đi bộ qua những phố phường san sát những cửa hàng bán buôn tấp nập là tới biển. Bãi tắm này đông đảo nhất. Kẻ ngồi người nằm san sát nhau như bầy cá vừa từ dưới biển lội lên. Trong bầy cá tạp nhạp đó có những nàng tiên cá. Không biết đây có phải là lý do khiến bãi đông người không. Muốn tư cách hơn thì thay vì trải khăn nằm trên cát, người ta có thể thuê ghế và dù. Giá cũng OK. Một chiếc dù và hai ghế trong hai tiếng đồng hồ chỉ tốn 20 đô. Tôi có cái thú ngâm người trong nước, nhìn lên phố phường rầm rập người qua lại, vừa xa cách vừa gần gũi. Tắm biển mà tầm mắt chẳng rời các giai nhân đi *shopping*. Nói như Kim Thánh Thán: chẳng là một điều khoái lắm ru!

Phố phường ngay cạnh biển san sát các cửa hàng, sang có, hèn có. Tiệm tạp hóa ABC là một tiệm không biết phải liệt vào hạng sang hay hèn. Nó như con cắc kè. Nằm ở đường sang, bán hàng sang. Nằm ở đường hèn, bán hàng hèn. Nhưng chắc chuỗi cửa tiệm này giầu nhờ…hèn. Đâu đâu cũng thấy ABC. Từ khách sạn tôi ở bước ra, quẹo hướng nào cũng ABC. Chỉ đi vài trăm thước là gần như chắc chắn sẽ đụng ABC. Anh hướng dẫn viên trên chiếc xe buýt đưa tôi tới lễ hội *luau* đã tếu khi xe bị kẹt đường: "Honolulu bị kẹt đường liên miên vì có nhiều tiệm ABC quá!". Tôi đôi khi cũng thấy nhàm với ABC nên tự hỏi tại sao không có DEF cạnh tranh nhỉ! Nói vậy chứ đây là một cửa hàng tôi lui tới ngày một. Vì nó có đủ mặt hàng. Thiếu bất cứ thứ gì, cứ ABC là có nhiều cơ may tìm thấy được. Với giá nới hơn những chỗ khác. Nhưng tiền nào của đó, đó là chân lý!

Honolulu có tất cả các cửa hàng loại xịn. Hàng hiệu cỡ nào cũng có cửa hàng riêng to đùng. Tesla cũng chiếm một góc của một trung tâm thương mại *Waikiki Shopping Plaza* lớn vào bậc nhất của Honolulu. Phòng trưng bày xe của họ nằm ngay góc đường, dân đi qua đi lại được mục kích những chiếc xe chạy điện được mở những cánh cửa thẳng đứng lên phía trên trông như đôi cánh của một loài chim quý. Tôi đã được coi *video* của một người Việt, chủ nhân của chiếc xe Tesla, biểu diễn một cuộc múa xe với hai chiếc cánh này hợp cùng dàn đèn và những chiếc cửa khác trông rất ngoạn mục.

Trong trung tâm thương mại *Waikiki Shopping* Plaza này, tôi bắt gặp bức tượng của Don Ho. Không, không phải Don Ho của chúng ta mà là Don Ho của Hawaii, tuy cả hai đều là ca sĩ. Sự trùng tên này có…lịch sử của nó. Don Ho của chúng ta tên thật là Hồ Mạnh Dũng. Tên Dũng đọc theo tiếng Mỹ không được thơm tho lắm nên khi còn là sinh viên, khá nổi tiếng về tài ca hát trong học đường, anh chọn cái tên Don Hồ mà không biết bên Honululu đã có một ca sĩ nổi tiếng mang tên này. Đây là cái lỡ rất có lợi cho Don Hồ. Một phần nào vì sự trùng tên này mà anh được biết đến nhiều hơn. Nhất là khi anh lanh trí học thuộc lòng và trình diễn tại trường nhạc phẩm nổi tiếng *"The Tiny Blue"* của Don Ho Honolulu. Từ đó anh được các thầy cô cũng như sinh viên trong trường biết tới anh nhiều hơn. Gặp bức tượng Don Ho Honululu trong thương xá này, tôi khoái chí đứng bên cạnh

Tượng ca sĩ Don Ho dưới gốc cổ thụ trong Waikiki Shopping Plaza.

chụp một tấm hình. Dù sao đây cũng là một giai thoại văn nghệ vui vui.

Cũng vui như khi tôi bất ngờ đọc được tiếng Việt trên xe buýt. Đó là một thông báo về sự đối đãi đồng đều, không

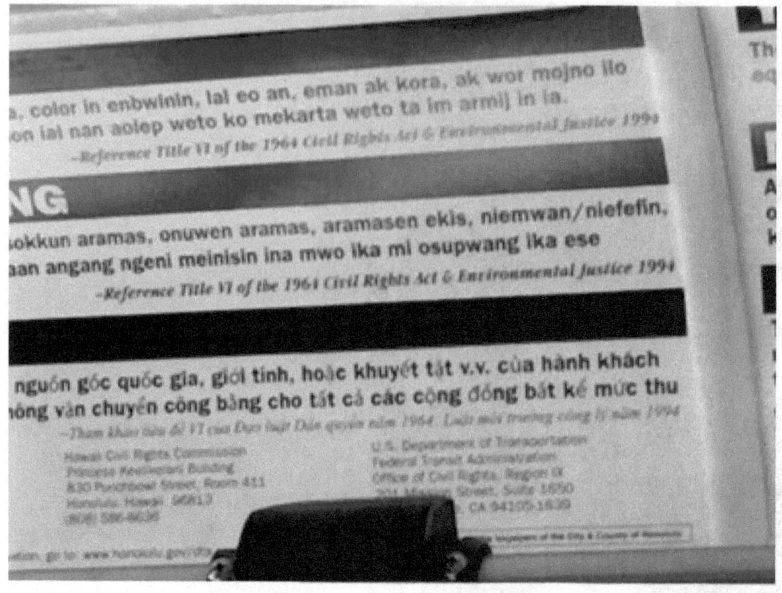

Chữ Việt trên xe buýt Honolulu.

phân biệt chủng tộc với tất cả hành khách của xe buýt. Nguyên văn bản tiếng Việt viết như sau: *"TheBus sẽ không dựa vào chủng tộc, màu da, nguồn gốc quốc gia, giới tính, hoặc khuyết tật v..v.. của hành khách mà có sự phân biệt đối xử, và đảm bảo giao thông vận chuyển công bằng cho tất cả các cộng đồng bất kể mức thu nhập và địa vị xã hội của họ"*. Ngoài tiếng Anh là chính, bản thông báo này còn có bản bằng tiếng bản địa, tiếng Hoa và tiếng Tây Ban Nha. Sự xuất hiện của tiếng Việt cho biết là dân Mít ta chắc cũng đông người dùng xe buýt.

Xe buýt là phương tiện giao thông rẻ nhất. Giá vé bao nhiêu, tôi không rõ, nhưng giá đặc biệt dành cho các bậc cao niên chỉ một đô. Rẻ hơn nhiều so với *taxi* hoặc Uber và Lyft.

Uber và Lyft là hai hãng chuyên chở rẻ hơn *taxi* tại nhiều thành phố trên thế giới. Điều tức cười là Uber và Lyft là hai đối thủ cạnh tranh nhau nhưng tại Honolulu các tài xế lại làm việc cho cả hai hãng. Họ dán cả hai bảng tên Uber và Lyft trên kiếng xe. Trên kiếng trước là tấm các tông, một bên viết chữ Uber, một bên viết chữ Lyft. Họ lật mặt này hay mặt kia khi khách gọi hãng này hoặc hãng kia. Chẳng giấu giếm chi. Thiệt đề huề!

Khi ngồi trên chiếc Lyft từ phi trường về khách sạn, tôi chú ý ngay tới cái tên *"Phở Old Saigon"*. Nó nằm ngay sát cạnh khách sạn. Vậy là có…bếp ăn rồi. Nhưng cửa tiệm khá rộng, có mái uốn cong cong đặc biệt Á Đông này cửa đóng then cài. Họ đóng cửa từ khuya. Nỗi mừng chưa chín đã tàn lụi. Nhưng vào *google*, thấy có vài tiệm phở khác. Vậy là nếm thử phở hải đảo. Chọn tiệm "Phở Saigon". Chắc tiệm này là…tân Sài Gòn! Tiệm khá đông thực khách tây lẫn ta. Phở nấu rất khá. Dù sao có phở ăn được tại hải đảo xa xôi này cũng đủ vui rồi. Nhưng cái giá khi tính tiền thì ít vui. Chẵn chòi 17 đô một tô. Dưới biên lai thu tiền lại có nhắc nhở tiền tip 18% là bao nhiêu, 22% là bao nhiêu. Cứ thế mà chi. Tại phố Tầu có một tiệm Việt Nam khác mà thực khách cho điểm khá cao. Tiệm đông nghẹt, phải xếp hàng chờ. Không hiểu có phải vì cái tên tiệm ngồ ngộ *"The Pig & The Lady"* không? May mà tôi cẩn thận có đặt bàn trước nên không phải rồng rắn trước cửa tiệm. Món ăn có những cái tên nghe rất lạ. Phải tham vấn anh chạy bàn không phải người Việt, mới chọn được món ăn. Bữa đó có món đặc biệt phở đuôi bò. Bên năm đuôi bò liền một khi. Tô phở được mang ra không ra một tô phở. Nước phở đen kịt, váng mỡ, lộn chộn nhiều thứ rau. Có cả trái tắc cắt đôi. Vậy mà chủ nhân là dân Việt chính cống, họ Lê, có treo hình đàng hoàng. Chắc phở này dành cho tây!

Đồ ăn Nhật có lẽ ăn trùm ở Hawaii. Trên đường phố, tôi bắt gặp nhiều cặp vợ chồng già người Nhật dắt nhau đi dạo. Dân Nhật tới Hawaii từ đầu thế kỷ 18. Theo thống kê dân số năm 1920 thì dân gốc Nhật ở Hawaii chiếm tới 43%. Nhưng tới năm 2000, tỷ lệ này chỉ còn 16,7%. Tỷ lệ này không phản ảnh đúng sự thực vì thống kê ghi số người lai trong một mục riêng. Vậy nên tỷ lệ số người có giòng giống Nhật lớn hơn nhiều. Có lẽ đồ ăn Nhật được nhiều người không phải là dân Nhật thích nên tiệm ăn Nhật chiếm thế thượng phong. Tôi là một trong những *fan* của đồ ăn Nhật. Chỉ trong một tuần ở Hawaii, tôi nếm không biết bao nhiêu món ăn Nhật. Từ những tiệm nhỏ xíu ở góc đường tới những tiệm to đùng. Ngay tại khu đô hội nhất ở Honolulu còn có một khu gọi là *Japanese Food Court* gồm toàn cửa hàng ăn Nhật. Nhưng nói về nhà hàng Nhật phải kể tới tiệm mì Marukame Udon. Tiệm này nằm ngay gần khách sạn tôi trú ngụ, cùng trên đường Kuhio, chỉ cách vài căn. Từ giờ mở cửa tới lúc đóng cửa, luôn có hàng người rồng rắn chờ vào ăn. Khi ít khoảng chục người, khi nhiều cả trăm người. Tôi đi ngang tiệm này hàng ngày nên không thể không vào ăn thử. Chọn giờ chiều chiều, khoảng 3 giờ, tương đối vắng, tôi xếp hàng. Khi tới lượt được vào tiệm, vẫn phải xếp hàng lấy khay và đặt món. Họ chỉ chuyên bán mì *udon*. Mì được các công nhân làm ngay tại chỗ, trước mặt khách xếp hàng. Trên đường vào

Một cửa hàng bán đồ ăn Nhật nhỏ nơi đầu phố.

Hàng người xếp hàng chờ ăn trước tiệm Marukame Udon.

bàn, họ có để các món ăn phụ, thực khách thích thứ nào bỏ vào khay thứ đó. Khi tới két trả tiền, họ tính tiền và khách bưng khay tới bàn ngồi ăn. Giờ ăn được hạn chế tối đa là một tiếng đồng hồ cho mỗi thực khách. Hàng người cứ tuần tự nhi tiến, thay nhau vào ra. Với cách tổ chức này, họ tiếp được nhiều khách hơn đồng thời cần ít người làm hơn. Phải công nhận mì *udon* nơi đây rất đặc biệt. Nêm nếm vừa ngon, sợi mì tươi rất đậm đà, nước dùng ngọt ngào mùi rau củ.

Người Nhật chiếm đa số ở Hawaii nhưng cũng chính người Nhật khai chiến với Mỹ ở Hawaii. Hầu như ai trong chúng ta cũng biết trận chiến Pearl Harbor mà sách lịch sử thế giới của chúng ta gọi là trận Trân Châu Cảng. Ngay ngày đầu tiên tới Hawaii tôi đã tới khu lịch sử này.

Sáng Chủ Nhật ngày 7 tháng 12 năm 1941, khoảng 8 giờ, Hải Quân Hoàng Gia Nhật đã tấn công căn cứ Mỹ Pearl Harbor. Lúc đó Thế Chiến Thứ Hai giữa trục Đức, Ý và Nhật một bên và các nước Đồng Minh Âu châu một bên đã kéo dài hai năm. Mỹ vẫn đứng ngoài. Bất thần Nhật tấn công Mỹ khiến thế trận thay đổi. Ngay ngày hôm sau, Mỹ tuyên chiến với Nhật. Nhật chủ động chọc giận Mỹ, vì họ muốn ngăn ngừa Hạm Đội Thái Bình Dương của Mỹ can thiệp vào các hoạt động quân sự của Nhật tại Đông Nam Á gồm các thuộc địa của Anh, Hòa Lan và Mỹ. Trân Châu Cảng chỉ là khởi đầu, Nhật còn đồng loạt tấn công trong bảy tiếng đồng hồ tại Guam, Wake Island, Malaya, Tân Gia Ba và Hương Cảng.

Tại Trân Châu Cảng, máy bay cảm tử Nhật, xuất phát từ 6 hàng không mẫu hạm, đã phá tan toàn thể 8 tàu chiến Mỹ tại cảng, trong đó có 4 chiếc bị đánh chìm. Ngoài ra còn một số tàu khác cũng ăn bom. Số máy bay Mỹ bị triệt hạ là 188 chiếc. Có 2403 binh sĩ Mỹ tử trận và 1178 người bị thương. Số thiệt hại của Nhật rất nhẹ. Chỉ có 29 máy bay và 5 tàu ngầm bị thiệt hại. Số quân Nhật chết chỉ có 64 người. Bữa tới thăm khu cảng Pearl Harbor này, tôi đọc được trên một tấm bảng câu sau: "Nhật thắng một trận chiến nhưng thua cả cuộc chiến".

Cảng Pearl Harbor ngày nay đã trở thành một di tích lịch sử nườm nượp người tới thăm. Khu di tích thật rộng, đi hoài không hết, nhất là bữa tôi tới trời mưa, di chuyển khá vất vả. Vừa vào cổng đã mất vui. Tất cả các ba-lô, giỏ xách lớn phải gửi bên ngoài trước khi vô cổng. Cỡ nào mới là lớn, họ để tại cửa vào một giỏ mẫu. Chao ơi, chiếc giỏ chỉ lớn bằng bàn tay. Vậy là coi như phải gửi tất cả bên ngoài. Giá tiền gửi cho mỗi giỏ là 5 đô. Vậy là cứ 5 đô nộp răm rắp. Hàng người xếp hàng gửi giỏ khá dài, số tiền thu vào chắc không nhỏ. Vào bên trong, nếu chỉ lang thang ngó quanh thì không tốn tiền nhưng nếu muốn xuống coi tàu ngầm, coi chiếu bóng cảnh chiến tranh xưa, coi nhiều thứ tàn tích khác thì cứ xỉa bạc chục ra. Thực ra mỗi ngày họ có tặng một số vé vào coi *free* trên *internet*, nhưng bữa đó khi tôi vào mạng thì số vé tặng đã hết.

Tôi tò mò muốn xuống coi chiếc tàu ngầm USS Bowfin nên phải xỉa 15 đô cộng thuế ra. Kể cũng đáng tiền. Nghe nói tàu ngầm nhưng có bao giờ được biết bên trong nó ra sao. Không gian trong tàu rất chật hẹp, được chia ra từng khoang. Bước từ khoang này qua khoang kia chỉ có một chiếc cửa tò vò nhỏ hẹp. Lách người di chuyển trong từng khoang thật

Trong một khoang dưới tầu ngầm USS Bowfin.

khó khăn. Có khoang máy, khoang phóng ngư lôi, khoang chỉ huy, khoang giường ngủ, khoang sinh hoạt. Nhiều lắm, khó nhớ hết. Tất cả mọi vật dụng trong tàu đều có kích thước nhỏ tới tối đa. Vậy mà phân chia cấp bậc đâu vào đó. Như

Bên cạnh người thủy thủ cô đơn.

khoang giường ngủ, có giường nệm dày cho chỉ huy, giường nệm mỏng cho các cấp và giường xếp, không thấy có nệm, dành cho các lính mới tò te. Chỉ có một thứ bình đẳng: nhà cầu! Tất cả các nhà cầu đều có cửa ra vào hoàn toàn bằng

Một trái ngư lôi của Nhật có cảm tử quân ngồi lái bên trong.

kính, bên ngoài nhìn vào rõ ràng. Vậy là từ anh lớn tới anh nhỏ, ngồi lộ hàng như nhau, chẳng có chàng nào ngồi câu giờ được.

Lang thang trên bến tàu, du khách được coi nhiều tượng đài, nhiều di tích như thủy lôi, súng cối, mỏ neo, ngư lôi của Nhật. Tôi chú ý tới tượng một thủy thủ tại một góc tối. Đó là tượng một thủy thủ, hai tay đút trong túi áo, cô đơn đứng nhìn ra khơi. Đọc tấm bia mới biết đây là bức tượng *"The Lonely Sailor"*. Người thủy thủ này tượng trưng cho tất cả những người đã, đang và sẽ phục vụ trong Hải Quân.

Bữa đó anh không còn cô đơn vì có tôi đứng bên cạnh. Tôi cũng nhìn ra khơi, thấy lòng rất bình an với những lượn sóng lăn tăn trong một ngày biển lặng, nghĩ tới chiến tranh. Tiếng súng nổ trong một ngày gần 80 năm trước tại đây. Tiếng bom đạn rơi trên quê hương tôi trong suốt cuộc chiến tương tàn kéo dài trong bao nhiêu năm. Trước khung cảnh thanh bình này, tôi mới thấy cái vô lý của chiến tranh. Buồn!

Cảnh thanh bình nơi đây kéo tôi trở về xa hơn, tới những ngày thanh xuân, tai nghe tiếng đàn Hạ Uy cầm, réo rắt từng đợt như sóng biển an bình. Hôm nay, đứng trước biển Hạ uy Di, tôi không hề nghe thấy tiếng đàn năm xưa đã từng mang mang sóng biển, lả lướt dìu dịu đưa tôi về miền được coi là thiên đàng hạ giới.

Quả thật, trong suốt những ngày ở nơi thiên đàng Hạ Uy Di này, tôi không một lần được nghe tiếng đàn Hạ Uy cầm. Thiên đàng đã mất rồi sao?

01/2020

PORTUGAL và THỤY SĨ,
lên núi xuống biển

Biển đây là biển Póvoa de Varzim ở Porto bên Portugal. Porto là thành phố lớn thứ nhì của Bồ Đào Nha, chỉ sau thủ đô Lisbon. Dân sành rượu biết tới thành phố như một nơi sản xuất rượu Porto, dân mê bóng tròn biết nơi đây có đội bóng FC Porto khá nổi tiếng.

Căn nhà thuê Airbnb tôi trú ngụ nằm ngay trước bãi biển. Đứng trên lan can nhìn sang bên kia đường, từng đợt sóng ào ào ngày đêm va vào đá. Chưa bao giờ tôi gần biển toàn thời gian đến vậy. Biển cũng có giờ giấc. Sáng sớm những cột sóng cao nghều nghệu như muốn cà khịa với nhân gian. Đây là thời khắc của những tay nhảy sóng. Họ leo lên sóng, tưởng như chìm nghỉm vào lòng nước. Nhưng khi sóng rút ra khơi, họ lếch thếch vác tấm ván trượt, vuốt mặt cười với trời đất. Tầm gần trưa, nắng đã leo khá cao, sóng biển dập dềnh va vào những tảng đá như giỡn chơi trò trẻ. Xế trưa, sóng liu riu như muốn liếm láp chân dân tắm biển, lúc này đã khá đông. Lá cờ trên cây cột cao đổi màu theo bước sóng. Đỏ, vàng rồi xanh.

Ngày nào tôi cũng thay quần tắm xuống bãi nhưng tắm thì chưa một lần thử. Chỉ mới nhúng sơ sơ chân xuống nước đã cảm thấy cái lạnh khiến ngại ngùng bỏ người xuống nước. Chỉ có đám thanh niên thiếu nữ, không ngại nước lạnh, mới nhúng nước chút đỉnh rồi ù té chạy lên như ma đuổi.

Biển lạ nên cũng có một hai thứ lạ. Trên cát, thường người ta che dù, ghế ngả lưng cho khách tắm thuê. Nơi đây khác. Khác xa. Người ta làm thành từng dẫy lều nối khít vào nhau, ngăn ra từng ô cho thuê. Thấy lạ, tôi theo dõi. Giấc tối, khi biển không còn người tắm, người ta tháo tất cả vải bạt lợp trên nóc và ngăn bên vách ra, bỏ vào những chiếc thùng có khóa. Những khung sắt nằm trơ ra như những bộ xương của một con khủng long. Sáng bảnh mắt, người ta lợp lại để sẵn sàng cho thuê. Cái lạ thứ hai là dân tắm táp, nếu không muốn mất tiền thuê lều, mỗi gia đình cắm một cây dù và, không bao giờ thiếu, một tấm bạt cao chừng một thước, ngang chừng hai thước, có gắn ba cây gỗ để cắm xuống cát. Họ tạo thành một nơi chốn khá riêng tư đồng thời ngăn gió

Bờ biển Porto với đường đi bộ và những lều vải, nhìn từ lan can trước nhà.

thổi cát vào nơi họ trải khăn nằm. Người nào cũng vác theo những tấm bạt này. Trong căn nhà tôi thuê cũng có sẵn cuộn bạt và chiếc dù cho khách dùng.

Bên bãi tắm là khu vui chơi thể thao thể dục. Từ sáng tới tối, trên các sân bóng rổ, bóng chuyền trên cát, các dụng cụ thể dục, đầy nhóc nam thanh nữ tú tới luyện tập. Dọc theo bãi tắm là con đường đá chạy và đi bộ rộng rãi. Người thích đạp xe có đường riêng song song bên cạnh. Người lên kẻ xuống tấp nập ngày đêm. Tôi vốn chậm chạp nên rất khoái con đường gạch phẳng phiu bên cạnh bồn hoa chạy dọc suốt con đường. Thành bồn hoa dài theo con đường là một bờ khá rộng làm chỗ ngồi cho bộ hành tùy nghi nghỉ chân bất cứ chỗ nào, bất cứ lúc nào. Các quán ăn uống nằm khắp nơi khắp chỗ rất vừa cái bụng mau rỗng khi đi đứng tập tành vất vả.

Sáng trưa chiều tối, lúc nào rảnh là mở một chai bia, ngồi trên lan can, hít thở mùi biển, ngắm dân chúng đi lên đi xuống, ngắm các thân hình áo tắm trên bãi cát. Chủ nhà còn để sẵn cả ống viễn vọng kính cho những người mắt kém tiện dùng. Chưa bao giờ tôi được thân mật với biển như vậy.

Nhưng tới Porto là tới với thứ rượu nổi danh mang tên địa phương. Rượu Porto, một thứ rượu được dùng khi ăn *dessert*, cũng vang tên tuổi như rượu vang. Hai năm trước, tôi đã tới Porto cùng với ông bạn văn Hán rộng Võ Kỳ Điền. Chúng tôi đã tới một cơ sở làm rượu Porto, coi từng giai đoạn làm rượu và nếm thả cửa thứ "bồ đào mỹ tửu" này. Ông bạn văn hay chữ tốt đã rỉ tai tôi đây là thứ rượu đã nằm trong thơ Đường của Vương Hàn.

> *Bồ đào mỹ tửu dạ quang bôi,*
> *Dục ẩm tì bà mã thượng thôi.*
> *Túy ngọa sa trường quân mạc tiếu,*
> *Cổ lai chinh chiến kỉ nhân hồi?*

Tuy vốn liếng chữ Hán của tôi đựng không đầy chiếc lá mít, bài thơ này tôi cũng nằm lòng. Rất nhiều vị đã dịch bài thơ này nhưng tôi lại thích bản dịch của một "vô danh". *Hồng đào rượu ngọt chén lưu ly / Bảo uống, tỳ bà dục ngựa đi / Bãi cát say nằm chê cũng mặc / Xưa nay chinh chiến mấy ai về.*

Xưa nay chinh chiến mấy ai về! Thời tuổi trẻ chúng tôi là thời chiến. Bài thơ mang cái hào hùng của một thời liên miên chiến tranh khiến chúng tôi dễ cảm. Nghe anh bạn họ Võ nói, tôi tin ngay. Chúng tôi đang ở Bồ Đào Nha, "bồ đào

Nếm rượu Porto tại Porto.

mỹ tửu" quá đi chứ! Cái dốt của tôi chắc làm động lòng anh bạn, anh cười cười phụ thêm: bồ đào chỉ có nghĩa là trái nho thôi ông ơi! Bồ đào mỹ tửu chẳng giây mơ rễ mà chi với Bồ Đào Nha cả. Thiệt tình!

Đã nếm rượu Porto ngay tại Porto, lần này tôi không cần phải loanh quanh với rượu nữa. Để thời giờ làm vui lòng cái bụng. Đúng hơn là cái miệng. Xứ Portugal nổi tiếng về hải sản. Chỗ tôi ở lại là vùng biển. Thiệt đúng chỉ số. Đặc sản mà khi tới xứ Bồ ai cũng phải tìm đến là cá mòi nướng. Từ Montreal, Hồ Đình Nghiêm nhắn nhủ: nhớ mang về một xâu cá mòi để nhậu nghe eng! Từ Mỹ, Duyên của "thà như giọt mưa vỡ trên mặt Duyên" với theo *e-mail*: "thiếu bạn nhậu xâu cá mòi sao chưa thấy ngon". Cá mòi Portugal vang danh như vậy, tôi nào bỏ qua được! Cá tươi, kỹ thuật nướng bằng than bậc thầy đã nâng nghệ thuật nướng cá lên hàng thượng

Một tiệm ăn tại Portugal.

thừa. Kỳ này, chỉ lưu lại Porto vài ngày, tôi cũng đã mò tới được một quán cá nướng nổi danh nằm ngay tại bờ biển Porto. Cá thơm phức, ngọt lịm, đưa vào miệng miếng nào miếng nấy thiệt vừa ý. Món mực cũng hết ý. Ngọt lịm, thơm phức, giòn tan. Tôi còn tìm đến món cơm hải sản. Vừa ăn vừa nghe ngóng tấm tắc. Nhìn đĩa cơm giống như món cơm *paella* của Tây Ban Nha nhưng ăn vô thì thấy rõ ràng khác vị. Thì hai anh "Nha", Tây Ban Nha và Bồ Đào Nha, nằm sát nhau, cũng phải dính chút họ hàng chi đó!

Gà nướng Portugal *peri peri* là món đặc sản đã tràn lan ra khắp thế giới. Một trong những công ty phổ biến món đặc sản gà Bồ Đào Nha này ra quốc tế là công ty Oporto. Oporto là tên tiếng Anh của Porto. Họ có chi nhánh tại nhiều thành phố trên khắp thế giới. Ngay tại Việt Nam, công ty đã mở tới 24 cửa tiệm. Có điều tức cười là công ty Oporto lại được thành lập tại Úc! Chủ nhân là ông Antonio Cerqueira, dân Úc gốc Bồ Đào Nha. Vì đâu gà Portugal danh trấn giang hồ như vậy? Người sáng lập chuỗi nhà hàng Oporto hé lộ vài chiêu: gà tươi không ướp lạnh, bỏ lò nhưng không chiên, hỗn hợp ướp gà bí hiểm, dung dịch chất cay làm bằng ớt tươi, gừng, tỏi và chanh. Cuối cùng, cách nướng lửa đặc biệt Bồ Đào Nha khiến thải ra chất mỡ và làm hương vị ướp quyện vào gà.

Tại Montreal, tôi đã nhiều lần thử ăn món đặc sản Bồ Đào Nha này. Khi mua thịt ướp sẵn ở các siêu thị, khi ngồi ăn tại tiệm chuyên bán món gà danh tiếng này. Nhưng khi ăn gà tại ngay chính quê hương Porto của…gà, cái lưỡi của tôi cảm nhận một hương vị khác hẳn. Ngon đâu mà ngon kỳ lạ. *Mail* về cho ông Hoàng Xuân Sơn, một tay sành ăn, cũng chỉ biết khoe là ngon lạ ngon lùng, ngon ra sao, chịu, không diễn tả nổi. Dọa ông bạn, muốn biết thì chịu khó bay qua Porto mới rõ sự tình.

Một món ăn làm tôi bất ngờ là món *pizza* ở Porto. *Pizza* mang quốc tịch Ý nên ai cũng nghĩ là chỉ ở Ý mới có *pizza* ngon. Tôi không hầu món ăn toàn bột này. Có thể vì ngày đi tu nghiệp tại Mỹ năm chục năm trước, đây là món bắt buộc phải ăn khi rỗng túi, chỉ 99 xu là no kềnh bụng. Ít năm trước đây, khi qua Ý du lịch, tôi có thử món đặc sản Ý này. Ngon thực! Vậy mà *pizza* ở Porto có phần trội hơn *pizza* ở Milan. Cùi bột mỏng dính ôm những thứ lỉnh kỉnh bên trên. Thứ *pizza* ngon nhất là *pizza* hải sản. Muốn biết ngon tới cỡ nào, lại mời qua Porto.

Từ mặt biển tôi leo tuốt tới độ cao gần một ngàn thước nơi vùng *Pays d'EnHaut* của Thụy Sĩ. Vùng "thượng du" này mang tên Chateau d'Oex. Leo xuyên quốc gia, thêm trèo cao như vậy, sức tôi làm chi nổi. Tôi phải cưỡi máy bay từ Porto tới Geneve, thêm hai tiếng lái xe nữa mới ngự được trên độ cao như vậy. Thấy cao như vậy chưa đủ nên một bữa kia tôi leo cao hơn nữa. Lên tới một ngàn rưỡi thước. Trên độ cao chóng mặt, giữa núi rừng hùng vĩ của vùng Canton of Berne có một mặt hồ trong xanh mang tên Arnensee. Nước hồ im ắng màu xanh biếc như một miếng thạch xanh khổng lồ nằm giữa những hàng cây có dáng như thông vút cao lên trời. Hồ trên cao, giữa triền núi, tôi đã tới Lake Tahoe của tiểu bang California, Hoa Kỳ, Lac Louise ở vùng Banff của Canada. Nhưng mặt nước trong suốt một màu bích ngọc như Arnensee thì tôi mới thấy lần đầu. Đứng bên bờ, tôi có thể

Lake Arnensee.

nhìn xuống tới đáy hồ rõ ràng. Một chiếc thuyền neo trên hồ trông như bay vì không thấy mặt nước. Tất cả các hồ trên độ cao của núi đều mang lại sự yên ắng đến lạ lùng. Tìm vào một bụi cây, ngồi ngắm hồ, con người có thể cảm thấy như trên thế gian này chỉ cô độc mình ta.

Căn nhà của cậu cháu, nơi tôi trú ngụ trong những ngày ở Chateau d'Oex, cũng có lan can nhìn sang núi. Từ lan can nhìn ra biển tới lan can nhìn sang núi, đất trời như thu gọn trong tầm mắt tôi. Không còn những đợt sóng biển hung hăng cà khịa với bờ cát, trước mặt tôi là một vàm cỏ xanh rờn lác đác có vài căn nhà nằm nép xuống dáng núi hùng vĩ vươn cao tuốt tới trời xanh. Buổi sáng, những đám mây sà xuống như muốn che chở vài mái ngói cô quạnh giữa núi rừng. Trước mặt tôi không phải một cảnh trí thực mà như

Thuyền trên dòng nước trong của hồ Arnensee.

một tấm bưu thiếp khổng lồ trải ra dưới tầm mắt. Từ hai lan can, tôi hít thở hai thứ khí trời. Khí của biển và khí của núi. Mấy khi hít được cả hai thứ tưởng vạn dặm xa vời trong vỏn vẹn đôi ngày.

Con đường lên tới nhà nhỏ hẹp vòng vo đến chóng mặt. Có nhiều chỗ xe chạy tới nơi mà trước mặt chẳng thấy có đường chạy. Ngõ nhỏ như giấu mình giữa những căn nhà nhô ra thụt vào mà nếu không phải dân địa phương không tài nào chạy xe được. Ngõ nằm lung tung, xiên xẹo, rộng chỉ vừa đủ cho một xe nhỏ len lách vậy mà xe lên xuống hai chiều. Khi gặp xe ngược chiều, hai xe phải cố nép vào lề để chen vai thích cánh nhường nhau lên xuống.

Từ miệt thượng du *Pays d'EnHaut* xuống phố thị Lausanne mất khoảng một giờ lái xe. Lausanne là thành phố

lớn thứ tư của Thụy Sĩ, nằm cách Geneve 62 cây số. Nói tới Geneve, dân Bắc Kỳ di cư như tôi nghĩ ngay tới nơi ký hiệp định phân chia đất nước vào năm 1954 khiến chúng tôi phải bỏ nơi chôn nhau cắt rốn xuôi Nam. Tôi chỉ chạy xe ngang Geneve nhưng cũng kịp thấy hồ Leman. Tôi dáo dác nhìn nơi ông Võ Thành Minh ngồi thổi sáo phản đối các cường quốc rạch đôi sơn hà nhưng chẳng biết năm xưa ông đã ngồi nơi nao. Hồ Leman còn chạy tuốt tới Lausanne. Khi tới Lausanne, dạo bên hồ, nhìn xuống mặt nước, tôi như muốn tìm bóng dáng người đã dùng tiếng sáo tiêu cực trách cứ nhát dao phân đôi tổ quốc. Bến nước nhộn nhịp với những du khách dạo trên bờ, những con thuyền kèn cựa nhau neo bến và tiếng còi rúc lên khi con tàu rời bến qua bên kia bờ hồ Leman. Bên kia bờ là tỉnh Vichy của Pháp, nơi nổi tiếng về thứ nước suối đóng chai có mặt trên khắp thế giới.

Loanh quanh một đỗi, tôi đã đứng trước Bảo Tàng Viện Olympic, cũng là trụ sở của Ủy Ban Quốc Tế Thế Vận Hội. Trong bảo tàng viện trưng bày khoảng 10 ngàn hiện vật liên quan tới phong trào thể thao thế giới. Muốn biết về tất cả các thế vận hội được tổ chức từ trước tới nay cùng với những kỷ vật của từng kỳ thế vận, du khách có thể mãn nhãn nơi đây. Mỗi năm có khoảng 250 ngàn du khách tới thăm đất thánh của thế vận hội này. Thời giờ không nhiều, tôi chỉ coi phớt qua những tượng bên ngoài và đi vội một vòng bên trong. Tới đây phải có chút kỷ niệm mang về, tôi đảo vội một vòng quanh khu bán đồ kỷ niệm. Mua vội vài món lặt vặt, tôi trả tiền nơi cô thâu ngân viên người Thụy Điển. Khi ra cửa, còi hú inh ỏi. Tôi nhìn vào túi đồ mới mua, lùi lại vào trong, ra thử tiếp. Còi trên hai tấm *radar* êm ru. Trọng tài cũng có lúc việt vị! Nhưng chuyện không vui này khiến tôi có cơ hội để ý tới hàng chữ trên hai tấm *radar*. *"Shopping is not a sport on the Olympic programme"*. Mua sắm không phải là một môn thể thao có trong lịch trình Thế Vận Hội! Tôi khoái câu

Shopping is not a sport on the Olympic programme.

tếu này hết biết.

Khoái nọ câu khoái kia. Rời khu bảo tàng Thế Vận Hội, tôi bắt gặp cái tên Hội An. Trèo lên mấy bậc thang, tôi đã ở trong khung cảnh của một tiệm ăn Việt Nam. Vài đồ cổ miền

Nhà hàng Hội An.

Trung, một gian phòng *vip* gồm bàn ghế khảm xà cừ, vách tường là những tấm đan gỗ chạm khắc hoa văn mang không khí Việt Nam. Những đôi quang gánh với chiếc nón lá úp lên trên được chủ nhân nhà hàng cho biết được dùng để đựng các món ăn cho *buffet* buổi tối. Tôi tới vào buổi trưa, không được nhìn thấy cảnh *buffet* quang gánh nhưng cũng thú vị trước món chả giò được bày trong một chiếc quang gánh nho nhỏ. Đã lâu ngày không được ăn đồ ăn Việt, tôi náo nức không biết chọn món nào. Phở, bún, cơm canh, bún bò… Rồi cũng phải quyết định. Món nào cũng có giá khá đắt. Từ 25 đến 40 đô Thụy Sĩ. Đô Thụy Sĩ cao ngang ngửa với đồng *euro*, gấp rưỡi đô Canada. Nhưng dân chơi xá chi tới chuyện vụn vặt. Cứ có tí quốc hồn quốc túy bỏ vào miệng nơi đất khách quê người là quý.

Chả giò và gỏi cuốn.

Lũ quang gánh sửa soạn cho buổi buffet.

Thường đi tới đâu tôi cũng để ý tìm tòi "chất Việt Nam" tại địa phương. Chateau d'Oex đất rộng người thưa. Dân số chỉ khoảng ba ngàn ngoe nhưng lại có ông cha xứ người Việt trăm phần trăm. Ông tên Khánh, nguyên quán tại miền Bắc nhưng được sanh ra tại Thủ Đức khi gia đình di cư vào Nam. Đi tu từ năm 10 tuổi, ông hết đường tu khi miền Nam thất thủ trong tay Cộng sản. Ông vượt biên năm 1979, tiếp tục tu và chịu chức linh mục tại Thụy Sĩ. Ông được giao cho giáo xứ chỉ vỏn vẹn có 1200 giáo dân tại vùng…thượng du này. Ngày đầu tiên tới nhậm chức, ông lạc lõng giữa núi rừng. Ông hỏi thăm và vui mừng khi được biết có một người Việt Nam làm nha sĩ trong vùng. Đó là cậu cháu của tôi. Ông vội tới văn phòng làm quen. Gặp chúng tôi từ Canada qua, ông

Cha Khánh và tác giả.

mừng rỡ bắt chuyện. Tôi gặp ông lần đầu trong dịp Quốc Khánh Thụy Sĩ. Bữa đó, chính quyền miền núi có tổ chức một cuộc diễn hành có bắn pháo bông. Trên khán đài nho nhỏ, người đọc diễn văn đầu tiên là ông xã trưởng. Người thứ hai là ông cha xứ Việt Nam. Trên vùng cao, giáo dân đã lưa thưa lại lười tới nhà thờ. Ngôi giáo đường không lớn lắm nhưng lễ nào cũng rỗng tuếch rỗng toang. Vậy thì tiền đâu để điều hành nhà thờ? Chuyện này có nhà nước lo. Trong bản khai thuế hàng năm của chính phủ, những người Công giáo đều bị trừ nghiến mỗi người 50 đô tiền giúp nhà thờ! Ông vui chuyện, khôi hài: "Nơi đây bò nhiều hơn người!".

Cha nói chắc đúng. Đây là đất của bò. Những con bò đeo lục lạc kêu vang vang theo mỗi bước đi làm cho thứ du khách ở tạm bợ như tôi thích thú. Chiếc lục lạc thường ngày nơi cổ những chú bò tôi gặp trên núi có kích thước nhỏ, kêu leng keng. Nhưng khi đàn bò dẫn đầu cuộc diễn hành ngày quốc khánh, những chiếc lục lạc lớn như quả chuông thứ bự khua vang vang làm vui tai đám dân chúng lơ thơ đứng coi bên lề. Đàn bò dẫn đầu cuộc diễn hành khá đông khiến tôi tưởng khi chúng đi qua là hết. Nhưng một khúc dài sau đó mới tới đội kèn, các thiếu nữ trong y phục cổ truyền, đội *hockey* địa phương và đoàn người cưỡi ngựa theo sau.

Chateau d'Oex trước kia là một ngôi làng. Tôi còn thấy dấu vết qua những chữ *"village"* nhạt nhòa còn sót lại đó đây. Vậy mà ngày quốc khánh họ cũng rộn ràng treo cờ đỏ rực, thả khinh khí cầu, diễn hành, đốt pháo bông khá xôm tụ.

Chắc tôi phải cho biết thêm là quốc khánh Thụy Sĩ nhằm vào ngày 1 tháng 8 mỗi năm. Đó là ngày sinh nhật của tôi.

Bò diễn hành trong ngày Quốc Khánh.

Người ta quốc khánh mà mình vơ vào sinh nhật, lập lờ như vậy cũng có cái thú. Lấy vui của người làm của ta. Nghĩ vậy thì kể ra dân Thụy Sĩ cũng điệu nghệ với tên khách lãng du này quá chừng!

08/2019

THÁI LAN, mệt nghỉ với trái cây

1

Tôi tới Bangkok kể là muộn. Các bạn tôi, nhiều người đã tới từ khuya. Nhưng đặt chân tới Bangkok thì tôi lại không muộn. Gần 35 năm trước, vào tháng 6 năm 1985, tôi đã đi tị nạn bằng máy bay, tới Bangkok như tới cửa thiên đàng. Bước chân xuống phi trường từ máy bay *VietNam Airline* quốc doanh, tôi đã thở phào. Cửa thiên đàng ngày đó chỉ là vài giờ hé mở chờ chuyến bay kế tiếp của hãng *British*

Airway đi Canada qua ngả Luân Đôn.

Lần này coi như tôi trở lại cửa thiên đàng xưa. Nhưng tôi không cô đơn. Cùng tới với tôi có Đức Giáo Hoàng Francis I. Cùng tới nhưng không hẹn hò chi. Ngài đi tông du, còn tôi lông bông du. Hai chuyện khác nhau như trời với đất.

Điều đập vào mắt tôi là những bức tường của nhiều công sở được trang hoàng bằng những tấm vải nửa vàng nửa trắng, màu cờ của Vatican. Đường phố rợp bóng cờ vàng bên cạnh cờ Thái Lan. Tôi nghĩ họ trang hoàng để đón vị chủ chăn của đạo công giáo La Mã. Nhưng khi tới gần một lá cờ vàng, tôi thấy có huy hiệu hoàng gia được in ở giữa. Vậy chắc màu vàng này dành cho Đức Vua của Thái Lan. Trên các vỉa hè của nhiều con phố, hình Đức Vua được trưng bày uy nghi như trên một bàn thờ. Ban đêm đèn đuốc sáng trưng chiếu rực rỡ chân dung của người đứng đầu hoàng gia. Khách sạn tôi trú ngụ cũng trưng bày chân dung to tổ chảng của vua chạy dài trên nhiều tầng nhà. Bên trong sảnh tiếp tân cũng có bàn thờ vua. Vua Thái còn rất ung dung vì được thần dân tôn phục. Vị tân vương Vajirelongkorn, 66 tuổi, vừa đăng quang vào tháng 5 năm 2019, sau khi vua cha Bhumibol Adulyadej thăng hà ở tuổi 88. Có lẽ những gì tôi thấy là những thứ còn lại của ngày hội đăng quang mới xảy ra sáu tháng trước chăng?

Tân vương du học tại Anh và Úc, phần lớn thời gian sống ở ngoại quốc nên ít được dân chúng biết đến. Diện mạo của vị vua với tước hiệu Rama X không được điển trai bằng vua cha. Cuộc sống của ông cũng rất lôi thôi. Nhiều người dân coi ông là một *playboy*. Năm 1977, ông kết hôn với công

Bàn thờ vua trong khách sạn.

Hình vua trước khách sạn.

chúa Soamsawali Kitiyakara, có một con gái. Ông ly dị bà này vào năm 1993. Trong thời gian này ông có 5 con với bà Yuvadhida Polpraserth và chính thức kết hôn với bà này vào năm 1994. Hai năm sau ông lại ly dị bà vợ thứ hai này. Năm 2001, ông lại cưới bà Srisasmi Suwadee. Rồi ly dị vào năm 2014. Ngay sau khi lên ngôi, ông kết hôn với bà vợ thứ tư là bà Sineenat Wongvajirapakdi và ban tước vị Chao Khun Pra, Hoàng Quý Phi, cho bà này. Tôi có thấy hình bà hoàng này được trưng bày trên một công trình đèn đuốc sáng trưng trên vỉa hè một con lộ chính của Bangkok.

Người ta đón Đức Giáo Hoàng ở đâu tôi không rõ, chỉ biết Ngài cử hành một thánh lễ tại một vận động trường và một thánh lễ khác tại một nhà thờ. Tôi có ý định tới dự thánh lễ tại sân vận động nhưng bị lỡ bộ vì không có giấy vào cửa. Tại khách sạn tôi ở có khoảng hai chục người Việt Nam sinh sống ở Lào sang đón Đức Thánh Cha. Tôi định theo họ nhưng khi thấy họ đeo lủng lẳng thẻ vào cửa có hình Đức Giáo Hoàng trên ngực, tôi biết mình không được phép. Đó là lần duy nhất tôi thấy có hơi hướm của vị chủ chăn công giáo La Mã tại Bangkok trong thời gian Ngài tông du. Còn thì trong khách sạn, ngoài đường phố vẫn êm ru bà rù, chẳng thấy có dấu hiệu chi của người mà mỗi bước chân được đón nhận nồng nhiệt khắp năm châu bốn biển. Có lẽ vì đây là đất Phật.

Bước ra đường là thấy chùa chiền. Từ nơi tôi trú ngụ, bước hướng nào cũng gặp chùa. Có cái to, có cái nhỏ. Nhưng chùa nào cũng mang những dấu vết cổ xưa. Có những chiếc tháp khổng lồ, rêu phong phủ kín, những viên gạch không

Trang hoàng cho vua hay Giáo Hoàng?

còn nguyên vẹn nằm ôm nhau có lẽ đã qua nhiều thế kỷ. Có nhiều chùa thu tiền vào cửa, bắt mọi người phải ăn mặc kín đáo khi qua cửa. Phụ nữ mặc váy không kín chân phải đóng tiền cược 100 baht, khoảng 5 đô Canada, để mượn chiếc khăn quấn quanh hạ thể cho tôn nghiêm. Dân Thái sùng Phật một cách lạ thường. Trên lề đường trước cửa khách sạn có một ngôi miếu nhỏ, lúc nào cũng đèn đuốc sáng trưng, hương khói nghi ngút. Người người đi qua đều không quên vái vài cái. Tại một cửa hàng loại sang trong một *shopping mall,* sáng sớm, ngay sau khi mở cửa, tôi đã thấy các cô bán hàng quỳ cầu nguyện trước tủ kính chưng bày hàng. Không hiểu ngày nay các thanh niên Thái khi tới tuổi trưởng thành có phải vào chùa tu trong một thời gian không nhưng tôi đã gặp một đoàn tăng trẻ măng, rất vui vẻ, đi thăm ngọn núi có

Một cảnh chùa tại Bangkok.

điểm cao nhất Thái Lan tại Chiang Mai.

Ngôi chùa nổi tiếng nhất là chùa Phật Ngọc, nằm sát cạnh hoàng cung. Nơi đây có tượng Phật bằng ngọc nguyên khối. Vé vào chùa là 200 baht.

Vào hoàng cung phải chi trả nhiều hơn, tới 500 baht lận. Móc 25 đô Canada ra rất đau cái túi vì vật giá rất rẻ nên tiền ở đây có giá trị nhiều bội phần. Nhưng đã tới đây thì phải coi nơi ở của quốc vương ra sao. Vòng ngoài hoàng thành là những kiến trúc kiểu Thái vàng chóe và xanh đậm, với những mái cao vút. Điểm phải coi nơi đây là một ngôi nhà có trần cao vút, tượng Phật và tường vách đều dát vàng lấp lánh trông rất lộng lẫy. Tiếc rằng nơi đây cấm chụp hình. Cả một quang cảnh nhấp nhô tượng lớn tượng nhỏ, nhà cao nhà thấp. Trông ra rất lộn xộn hoa mắt. Qua phần ngoài hoàng

Một tháp cổ trong chùa.

cung, khung cảnh bên trong, chỗ vua ngự và sinh sống, khác hẳn. Vàng chóe xanh rờn đều biến mất. Chỉ có một tòa nhà kiến trúc khá mới, rất tây, khác hẳn phần vành ngoài của cung điện. Sự tương phản làm tôi băn khoăn. Có chăng một

Sơ đồ hoàng cung Thái Lan, phía bên phải là nội thành, nơi vua và gia đình sinh sống.

cuộc xung đột văn hóa vào thời kỳ người Tây phương qua Thái Lan? Anh lính gác cửa, đứng như tượng, mặc cho thiên hạ ghé mặt vào chụp tấm hình kỷ niệm. Trời nắng chang chang, nhiệt độ khá cao, tôi chỉ phong phanh một chiếc áo mỏng cũng đã muốn điên người, vậy mà chàng lính, áo trong áo ngoài, trông nực nội, đứng nghiêm như trời trồng trong mấy tiếng của ca gác, mồ hôi chảy khắp mặt, vẫn không dám động đậy. Quân phục màu trắng, mũ trắng, trông giống như anh lính gác cổng cung điện bên Âu châu. Kể cũng là điều lạ!

Mồ hôi mồ kê nhễ nhại, tôi rời cung điện, bắt chiếc xe *tuk tuk* gần đó cho nhẹ chân. *Tuk tuk* là loại xe ba bánh, tựa như xe lam của Sài Gòn ngày xưa nhưng chỉ có một

Trước điện vua ngự.

hàng ghế ngồi đủ chỗ cho hai người hoặc ba người nếu nhỏ con. Xe được trang hoàng rất lòe loẹt, rất hoa lá cành, đèn xanh đèn đỏ chớp loang loáng, mỗi xe là một...tác phẩm! Trang hoàng xe là một đặc tính của các tài xế xe chở khách. Ngay những chiếc xe van chở được chừng chục người, trông bề ngoài không có chi khác các xe ở Canada chúng ta vẫn thường thấy, nhưng trần và vách xe bên trong là những hoa văn màu trắng bạc hoặc kim nhũ rất tinh xảo. Cứ như xa mã của vua chúa.

Bangkok là nơi du khách không cần phải lo chuyện di chuyển. Ngoài xa *tuk tuk*, xe van, taxi, còn có loại xe màu đỏ, tôi chẳng biết gọi là xe gì. Loại xe này chạy rảo rảo đầy đường, thấy ghi trên hông giá 30 baht một người. Xe có hai hàng ghế dọc như xe lam Sài Gòn, ngồi được khoảng 10 tới

Xe tuk tuk

Xe chuyên chở đỏ.

12 người. Chẳng biết lộ trình của chúng ra sao nhưng cứ vẫy là xe ghé vào, mặc cả giá, đi tới đâu họ cũng OK hết. Trước cửa khách sạn luôn luôn có đủ loại xe túc trực. Họ chào mời một cách nồng nhiệt. Muốn đi tới chân trời góc biển nào cũng được hết. Bangkok còn có phương tiện chuyên chở trên kênh nước. Đó là những con thuyền chứa được khoảng vài chục người, chạy trên hệ thống kinh lạch chỉ rộng chừng chục thước. Họ có những bến đậu được kè bằng những chiếc vỏ xe hơi cũ. Thuyền cặp bến, dập dềnh chao đảo, chỉ nối với đất liền bằng một dây thừng cột nhẹ vào chiếc cọc bê tông trên bờ. Khi cặp bến, người phụ thuyền, phần đông là phái nữ, đầu đội mũ rộng vành có miếng vải che kín xuống tới cổ để tránh nắng, nhảy xuống bờ, kéo chiếc dây thừng trên thuyền, quấn vội vài vòng vào chiếc cột. Hành khách leo lên rất khó khăn, nghiêng ngả như say rượu, gieo mình xuống những hàng ghế thấp lè tè trên thuyền. Thuyền di chuyển trên dòng nước đen kịt, mùi hôi chẳng kém gì kênh Tàu Hũ. Bên mạn thuyền có tấm bạt ni lông trong, có dây kéo lên kéo xuống cách nhau chừng hơn một thước. Khi tàu cặp bến, bạt được hạ xuống cho khách trèo lên, khi chạy hành khách nào ngồi đúng chỗ có dây kéo phải kéo bạt lên để tránh nước bắn vào người, nhất là khi hai tàu xuôi ngược làm làn nước đục ngầu xô lệch hắt những bọt nước lên tàu.

Nhưng so với chuyến ca-nô chở tôi từ Pattaya ra tới đảo San Hô (Coral Island) tắm biển thì chẳng thấm vào đâu. Ca-nô có ráp máy Yamaha. Tôi không vượt biên nên không rõ mấy lốc. Viên tài xế chạy văng mạng trên một quãng biển dài, gió thổi rít rát bên tai, người người mặt xanh lè, có người

Thuyền chở khách trên kinh lạch.

đã cầu nguyện. Ôi! Sao không vượt biên mà cứ như là vượt biên. Chuyến đi và chuyến về đều mang một nỗi sợ như nhau. Sở dĩ các anh tài xế chạy bạt mạng như vậy là vì phải chạy nhanh cho kịp đón khách chuyến khác. Nghe người ta nói tắm biển ở Pattaya thì tôi cũng tắm biển. Nhưng bãi biển ngay tại thành phố thì đông đảo và xô bồ. Bãi biển ngoài các đảo cũng xô bồ không kém. Dây phao an toàn trên biển cho người tắm chỉ quy vào một vùng nhỏ bé. Ngay bên cạnh là bãi đáp của *skidoo*, tiếng máy kêu điếc tai nhức óc. Váng dầu trên mặt biển loang loáng dưới ánh mặt trời chiếu xuống gắt gao. Trên bãi cát, ghế ngồi san sát nhau. Phần lớn khách là người Ấn Độ. Đảo chỉ có vài nhà hàng ăn thì đã có một nhà hàng Ấn Độ!

Nhưng khách Việt Nam có lẽ cũng không ít. Bữa tôi tới

chỉ gặp một gia đình người miền Bắc Việt Nam. Nhưng nơi bảng chỉ tới *toilet* và nhà thay quần áo thì lại có tiếng Việt chen giữa tiếng Thái, tiếng Hoa và thứ chữ ngoằn ngoèo của Thái Lan và Ấn Độ.

Đã nói tới các phương tiện giao thông thì nói cho hết. Đáp máy bay từ Bangkok tới Chiang Mai chỉ mất hơn một tiếng đồng hồ. Vậy mà hãng máy bay Bangkok Air lại cho ăn đàng hoàng. Món ăn nóng với đủ nước uống và tráng miệng. Máy bay vừa bình phi là các tiếp viên vội vã dọn ăn. Khi các tiếp viên vừa thu dọn xong thì tiếng máy vi âm yêu cầu hành khách thắt nịt để đáp xuống. Thiệt…văn minh! Chẳng bù cho các chuyến bay ở Bắc Mỹ. Bay sáu tiếng mà muốn có chút chi bỏ vào bụng đều phải móc hầu bao.

Mặc cả là chuyện du khách phải làm khi mua hàng. Họ nói rất thách, có khi gấp đôi, gấp ba giá bán. Đó là chuyện buôn bán ngoài đường. Còn trong các *shopping mall* thì tùy nơi tùy chỗ. Có những tiệm sang, có bảng giá đàng hoàng thì không có chuyện mặc cả. Nhưng không nhất thiết như vậy. Có khi mặc cả vẫn có lợi.

Hầu như chuyện mua bán tại Bangkok đều diễn ra trên vỉa hè. Đường phố nào cũng có những khu chợ chồm hổm. Chợ thường có hai lọai hàng chủ yếu: hàng ăn và sập bán trái cây.

Nói chuyện ăn trước cho yên cái bụng. Thức ăn đường phố rất ngon. Món chi cũng vừa miệng. Từ món chân truyền *pad Thai* cho tới các món cơm, món nước, món nào cũng như được nấu đúng gu ăn uống của người Việt Nam. Chỉ có tội món nào cũng cay xè. Dân yếu ăn cay như tôi khi nào

Bảng giá các món ăn lề đường.

cũng phải dặn trước để họ đừng bỏ ớt vô. Tôi nghĩ nếu không có ớt dân Thái chắc chết! Ớt chủ yếu là ớt khô tràn đầy trên quầy hàng hoặc bàn ăn. Món ăn đã cay trời ơi đất hỡi mà họ vẫn còn để nguyên từng tô ớt khô cho khách hàng có thể múc thêm ớt vào chén. Món gỏi đu đủ Thái là món tôi rất thích mỗi khi đi ăn tiệm Thái tại Montreal nhưng chịu không thể ăn tại Bangkok. Họ ném khoảng năm bảy trái ớt khô vào cối giã với tôm khô và các thứ phụ gia khác. Sau đó mới trộn với đu đủ và vài con ba khía mặn chát trước khi rưới nước sốt lên trên. Trông thì hấp dẫn nhưng rất ngại cho chiếc lưỡi có nhiều nguy cơ bị quấn tít! Món nướng có lẽ là thứ làm khổ lỗ mũi của khách qua đường nhất. Họ nướng thịt bò thịt heo, thịt gà và đủ thứ lòng ruột heo gà thơm lừng một cõi. Giá cả rất dễ chịu. Chỉ khoảng 30 tới 70 *baht* một món. Khoảng 1 đô rưỡi tới 2 đô rưỡi tiền Canada. Rẻ như bèo. Nhưng nếu so với đĩa thức ăn ở Bắc Mỹ thì đĩa thức ăn ở Thái ít chỉ bằng nửa.

Giá cả trái cây ở Thái chỉ là bèo so với Montreal chúng tôi. Quá bèo là đằng khác! Ngày đầu đi chợ trái cây, tôi thấy họ để giá bằng vẻn vẹn con số 32 trên rổ xoài. Trái nào trái nấy bự tổ chảng trông rất muốn cắn. Nghĩ là 32 *baht* một trái, so với Montreal đã quá rẻ, chỉ 1 đô rưỡi, tôi lựa. Bà hàng đưa cho chiếc túi nhựa. Cầm trái xoài ưa ý bỏ vào, tôi móc tiền trả. Bà hàng ra hiệu lấy thêm. Tưởng bà kèo nài mua thêm, chọn thêm một trái nữa. Bà vẫn lắc đầu chỉ tay bảo thêm nữa. Cuối cùng mới hiểu ra 32 *baht* một kí! Chúa mẹ ơi, rẻ chi mà rẻ vô hậu!

Trái cây rẻ như bèo nên dân ta kĩu kịt vác về từng chục kí, tưởng có thể ăn trái trừ bữa. Đang mùa ổi, bòn bon, măng cầu, thanh long, nhãn, chôm chôm, bưởi, mít, cốc. La liệt

Chợ trái cây.

trên có trời dưới có trái cây. Có một thứ trái ăn chua chua bùi bùi mà tôi chưa từng thấy ở Việt Nam nhưng dân miền Trung rất thích là trái me keo. Trái trông như trái me nhưng màu sắc xanh và hồng đẹp một cách mong manh. Tôi chỉ hầu ổi, măng cầu, táo, nhãn và thanh long nên ăn mệt nghỉ. Ổi ở Bangkok trông rất mát mắt, ăn vừa ngọt vừa thơm vừa giòn. Cũng ổi Thái Lan nhưng thứ nhập khẩu ở Montreal vừa mắc vừa lạt lẽo. Hay tại vì mắc nên lạt lẽo để khỏi phải mua thêm! Măng cầu không lai căng bình bát hay măng cầu xiêm nên trái nhỏ, vỏ ngoài có mắt cũng nho nhỏ, ăn vào thì chỉ có kêu trời. Ngọt lừ. Ăn ba bốn trái một lúc cũng chưa thấy ngán. Nhãn cũng ngọt hết xẩy! Trái mọng rất bắt mắt và cùi dễ tróc khỏi hạt. Ăn một trái lại muốn bóc trái thứ hai. Chẳng mấy chốc đã bay cả chùm bự thù lù. Táo Thái Lan có hai loại. Loại vỏ ngoài có màu tím tía và xanh là trái táo tầu ăn không ngon bằng loại trái nhỏ chỉ thuần một màu xanh. Ăn vào làm tôi nhớ tới những trái táo ngày xưa khi tôi còn nhỏ ở Hà Nội. Ngày đó nhà tôi có cây táo cao to rất sai trái. Muốn hái phải leo lên cây. Thân con nít làm sao mà trèo. Nhờ những trận gió, táo rụng như sung, tha hồ lượm ăn. Ăn táo ngày nay nhớ tới táo ngày xưa, trái cây kể ra cũng có tình! Thanh long ở Bangkok có đủ hai loại ruột trắng và đỏ. Thứ ruột đỏ ăn ngọt và thơm hơn. Chỉ tội ăn ngày hôm trước, hôm sau tàn dư được thải ra đỏ màu máu. Nếu nghễnh ngãng không nhớ thứ mình ăn hôm trước, lo toát mồ hôi.

Bòn bon Thái Lan là thứ các bà rất khoái. Vị chua chua ngọt ngọt. Cùi khá dày và dễ tróc ra khỏi hột. Thực ra chúng

Trái me keo.

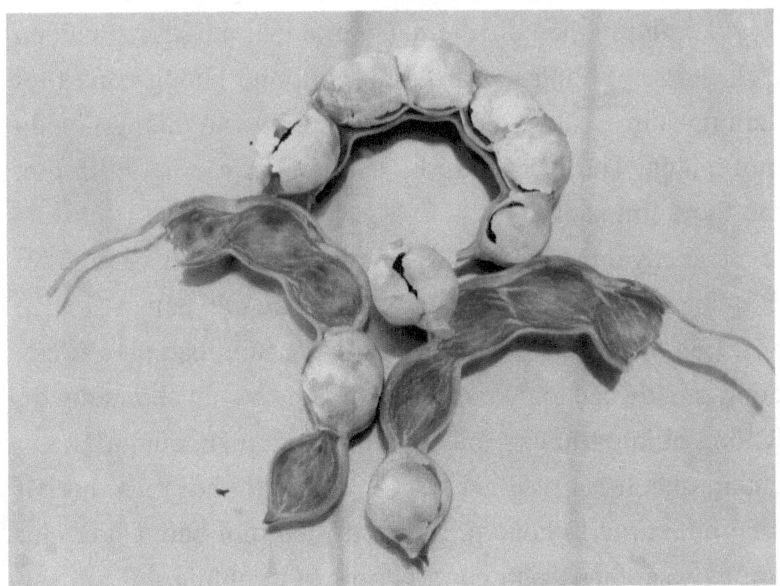

hầu như không có hột, ăn vào giòn tan. Bòn bon đang rộ mùa nên la liệt trên các sạp. Ngay đêm đầu tiên tới Bangkok, ngao du phố Tàu, thấy bòn bon, nhiều bà như gặp người thân. Bà bán hàng bên lề đường đòi giá 150 *baht* một kí. Mới tới nên chưa thông thạo tình hình giá cả, trả giá một hồi được bớt xuống 130 *baht* với điều kiện phải mua chục ký. Chục ký, chuyện nhỏ. Các bà chụm lại dư sức qua cầu chục ký. Có bà sung sướng chơi luôn ba bốn ký. Hớn hở vừa đi vừa nhai bòn bon. Ngày hôm sau, chung quanh khách sạn nhan nhản bòn bon. Chỉ có 40 *baht* một ký! Phe ta thua nặng. Lòng bảo lòng lúc nào cũng phải cảnh giác với...*China!*

2

Trái cây ê hề, nhất là thứ thổ sản dừa tươi. Một trái dừa ướp lạnh, khoét một lỗ, cắm cái ống hút giá chỉ từ 20 *baht* tới 40 *baht* tùy theo địa điểm. Có một loại trái không biết có phải thổ sản không là trái thơm *mini*, nhỏ không bằng một nắm tay, được cắt sẵn, để nguyên trái, bỏ vào miệng vừa đủ một miếng. Thứ này là thứ bé hạt tiêu, ăn vào ngọt lịm hơn thứ thơm lớn xác.

Trái cây đầy rẫy và rẻ rề chung quanh khách sạn chỗ tôi ở, thuộc khu Bobae. Có lẽ đây là khu đầu mối bán sỉ đi khắp nơi. Lều trái cây nào cũng ngổn ngang từng bao tải trái cây đóng sẵn, đủ các loại xe *tuk tuk*, xe lam chuyên chở mang đi. Không những trái cây mà quần áo, chăn mền, cũng đầy rẫy chung quanh bán với giá sỉ. Khi chúng tôi hỏi mua, họ bắt phải mua từng lố hoặc từ ba cái trở lên mới bán. Cũng như trái cây, sạp hàng nào cũng ngổn ngang những gói lớn sẵn sàng chở đi các nơi khác. Đất nơi đây chắc là đất vàng. Ngay trước tiền sảnh khách sạn có một lối cho khách xuống hành lý, họ cũng cho thuê để bán quần áo từ sáng sớm, chẳng biết mấy giờ, cho tới đúng 9 giờ sáng phải dọn hàng cho quang đãng. Không hiểu chỉ trong vài tiếng đồng hồ vào lúc sáng sớm, họ bán được bao nhiêu mà khi dọn hàng, tôi thấy họ vất vả tháo dỡ khung sắt, mang xe tới chở đi. Chắc họ dùng nơi này để bày hàng đón mối buôn. Làm gì có khách mua lẻ vào giờ người ta còn nằm nướng trên giường này.

Khách sạn loại lớn, có tới 744 phòng trên 32 tầng lầu của ba tòa nhà mà họ gọi là *tower*, vậy mà cũng phải nhượng bộ cho chợ bán buôn. Ngoài miếng đất vàng phía trước, họ còn dùng tới 6 tầng lầu dưới để mở một trung tâm buôn bán. Phía trong là các sập hàng được chia ra đều tăm tắp như trong chợ Bến Thành của ta. Khách tới thuê phòng sẽ được các nhân viên khách sạn trong đồng phục mang va ly hành lý từ cửa bên dưới lên sảnh chính nằm trên tầng thứ 11. Tại đây mới là tiền sảnh chính của khách sạn để làm thủ tục nhận phòng. Tổ chức không giống ai này tuy vậy cũng không làm phiền khách.

Chúng tôi khoái nhất là tại lầu 6, có một khu ăn uống lớn bán đầy đủ các thức ăn như quán xá ngoài đường, giá cũng rẻ như vậy, nhưng sạch sẽ và khang trang hơn nhiều. Cơm gà Hải Nam, mì vịt tiềm, lẩu hải sản và các món ăn Thái cay sè sóng đôi với các cửa hàng giải khát. Dân ta khoái nhất là món chè Thái tự lựa. Trên quầy là các tô lớn chứa đủ các thứ như trái thốt nốt, sương sa, sương sáo, bắp ngọt, thạch trắng, thạch xanh. Nhiều kể không xiết. Khách có thể chọn bất cứ thứ nào. Chọn một thứ giá 20 *baht*, hai thứ 30 *baht*, ba thứ 35 *baht*, muốn thêm nữa cứ 5 *baht* cộng vô cho mỗi món. Cô hàng lúc nào cũng tươi cười múc vào thêm một nắm đá bào, rưới thêm chút nước đường, ăn mát cả ruột. Mát cả tim khi cô hàng kèm thêm nụ cười được tặng không!

Nhan sắc cô hàng chè ngọt ngào này là thứ nguyên thủy được tạo hóa nặn. Tại Bangkok ngày nay nhan nhản những nhan sắc do bàn tay con người chỉnh lại. Những sản phẩm nhân tạo này nhiều khi đi ngược với sáng tạo của ông trời. Tại cửa hàng bán đồ điện tử trong *shopping mall* MBK, tôi gặp một nàng bán hàng son phấn rất kỹ càng. Nhưng khi nàng cất giọng lên, thứ giọng thổ trầm trầm, tôi mới biết đây là hàng…nhân tạo. Thái Lan là đất lành của những người chuyển giới. Kể từ năm 2009, chính phủ cho phép con dân có thể tự quyết định giới tính của mình thì y khoa Thái Lan đạt những bước tiến lớn cho việc thay đổi giới tính. Người chuyển giới không còn bị nhìn với con mắt chế giễu, khinh bỉ nơi công cộng. Họ công khai sống theo bản tính chôn giấu của họ. Trên chuyến bay từ Chiang Mai về Bangkok, ngồi ghế bên cạnh tôi là một nam nhân mặt hoa da phấn. Khi máy bay sắp đáp xuống, chàng tỉnh bơ hạ miếng bàn ăn trước mặt, bày gương lược, son phấn ra trang điểm kỹ càng như một nữ nhân. Tôi không bắt chuyện nên chẳng hiểu giọng của nàng là thổ hay kim. Những "mỹ nhân" đã qua khổ ải đại tu có nhan sắc bắt mắt hơn nhiều.

Từ trai qua gái hay từ gái qua trai một cách hoàn hảo là một cuộc lột xác. Lột xác đòi hỏi những chịu đựng khôn tả. Tiếng Thái gọi những người chuyển giới là "*katoeys*". Trung bình một cuộc lột xác tốn khoảng 50 ngàn đô Mỹ. Đó là bước khó khăn đầu tiên. Có tiền mới qua được bước gian khổ thứ hai: chịu đựng đau đớn qua khoảng một chục cuộc giải phẫu lớn nhỏ. Mỗi bước đi là một xót xa mới. Từ một đấng nam nhi muốn lột xác thành một nữ nhân mặt hoa da phấn phải gọt xương vai, rút đi vài cái xương sườn, gọt xương hàm để có được hình dáng thon thả của một nữ nhân. Rồi bơm ngực, bơm mông, cắt bỏ cái của nợ để tạo ra một cái cũng của nợ nhưng thuộc phe đối lập. Thái Lan ngày nay là nơi nổi tiếng về phẫu thuật chuyển giới. Dân muốn thay đổi vị trí từ khắp nơi đổ về. Dân Việt ta cũng rất quen với địa chỉ này.

Tôi đã gặp nhiều người chuyển giới trong chỉ hai tuần lễ du lịch ở Thái. Nơi quy tụ những người sinh khác, sống khác này là Alcazar hay Calypso. Đó là hai sân khấu do dân chuyển giới trình diễn. Alcazar ở Pattaya và Calypso ở Bangkok. Một đêm kia, tôi tới Calypso. Rạp hát rất tráng lệ với những cầu thang uốn lượn, tay vịn bằng đồng được chùi bóng loáng. Bên trong có từng dãy bàn ngồi có thể uống nước, uống rượu như tại rạp Moulin Rouge bên Paris. Thực ra tôi không biết giá vé bao nhiêu tuy cầm vé trong tay. Tại khách sạn có một quầy để du khách mua vé đi các *tour* hay xem các *show* trình diễn. Họ bao xe đưa đón luôn. Tôi hỏi và được cho giá 1200 *baht* một người. Tính ra khoảng 60 đô Canada. Nhưng khi hỏi mấy ông tài lái xe đưa đón khách lúc nào cũng túc trực bên ngoài khách sạn thì họ cho giá 800 *baht*. Khoảng 40 đô Canada. Vậy là bắt ngay. Mỗi vé được tặng một ly rượu hay nước uống.

Buổi trình diễn kéo dài 1 giờ 15 phút không ngừng nghỉ.

Một màn vũ của các nàng chuyển giới.

Tưởng là họ chỉ biết khoe thân thể đáng giá 50 ngàn tiền phẫu thuật nhưng không phải. Các màn trình diễn rất chuyên nghiệp và hấp dẫn. Họ biết cách làm vừa lòng du khách bằng những tiểu khúc nghệ thuật của các nước. Tôi thấy có các màn mang hơi hướm Trung Quốc, Nhật Bản, Đại Hàn, Ấn Độ, Ả Rập. Tôi có ý chờ nhưng không thấy màn nào của Việt Nam. Nhưng có một màn làm tôi chú ý. Đó là màn có tính…chính trị. Trên sân khấu tiến ra một đoàn người cầm biểu ngữ trong tiếng nhạc nhộn nhịp. Biểu ngữ gồm nhiều thứ chữ. Tôi chỉ đọc được tiếng Anh. *Free Your Mind!* Hãy mở tâm hồn thông cảm. *You are Wrong! I Am Right!* Nghe ra như tuyên ngôn của chuyển giới. Họ là những người đẹp. Đẹp từ người đứng soát vé ngoài cửa cho tới những người biểu diễn trên sân khấu. Phải nói là đẹp lộng lẫy kiêu sa. Rất

Free your mind!

nhiều màn được sắp đặt để họ có thể khoe phần hạ thể, ẩn hiện trong lớp vải óng ánh. Chỉ nhìn qua đã biết họ đã phẫu thuật tới màn chót để có bộ phận đặc trưng của người nữ.

Nhưng khi biết nhan sắc đó không phải trời cho mà là sự gọt dũa của con người, người ta tự nhiên cảm thấy như xa cách. Nhiều người thấy ngại ngùng. Kể cũng tội cho họ. Để có được thân hình như ý muốn, họ đã chịu nhiều gian truân khổ ải. Không phải như cái đẹp tự nhiên trời cho, muốn giữ gìn được nhan sắc để đêm đêm phô bày trân sân khấu, họ phải liên tục dùng *hormone* và các loại kem đặc biệt để giữ gìn được nhan sắc. Nhưng cái giá phải trả đắt nhất có lẽ là tuổi thọ của họ. Tuổi thọ trung bình của những người chuyển giới chỉ có 42 tuổi. Từ tuổi 40, sức khỏe của họ đã bắt đầu sa sút. Những vết cắt, vết gọt của dao kéo bắt đầu hành hạ. Họ chịu đau đớn cho đến chết. Hoặc nếu không kham nổi, nhiều người trong số họ đã chán nản và tự tử.

Một *show* trước khi tới Thái tôi đã nghe nhiều người nói nên rất tò mò tự hứa phải đến, đó là *show*... nội công. Nghe như một thứ võ. Đúng là võ nhưng là loại võ đặc biệt chỉ có tại Thái. Các cô gái vận dụng nội công, dùng vưu vật của mình để làm nhiều trò tưởng cái thứ sức yếu thịt mềm không thể làm nổi.

Ông tài có chiếc xe van trang hoàng bên trong rất cung đình, người đã bao thầu chuyến coi *show* chuyển giới của tôi, lại khuyến mãi cho cái *show* nội công này. Khách sạn đòi 800 *baht* một người, ông chỉ tính 600 *baht* thôi. Rẻ được 200 *baht*. Nghe bạc trăm tưởng nhiều nhưng thực ra chỉ tương đương với 10 đô Canada. Nhưng tiền nào chẳng là tiền. Rẻ đồng nào hay đồng đó.

Nơi ông chở tôi đến không phải là một rạp hát quy mô như nơi trình diễn *show* chuyển giới mà là một hộp đêm nho nhỏ trong một khu phố vắng vẻ. Sân khấu nhỏ có một cột ở chính giữa, khách ngồi chung quanh. Y chang như nơi múa khỏa thân tại Montreal. Nhạc dập dình chói tai, đèn xanh đèn đỏ chớp tắt lia lịa hoa cả mắt. Mỗi khách cũng được tặng một ly nước hoặc bia cầm hơi. Một cô gái trong bộ *bikini* đang múa một cách miễn cưỡng chờ khách.

Buổi trình diễn bắt đầu khi một cô khá bụ bẫm bước lên sân khấu. Cô múa tiếp cho cô gái câu khách đi xuống rồi cởi quần lót. Trước mặt cô là một chiếc ly lớn đựng chừng chục trái banh *ping-pong* màu đỏ và trắng. Cô lấy từng trái, đút vào hạ bộ, dùng nội công bắn trái banh vào một chiếc ly

Hoa văn trên trần xe van.

khác. Màn đầu trái banh tưng dưới sàn rồi nhảy vào ly. Màn hai bắn trái banh thẳng vào ly. Có trái trúng, trái trật. Một cô khác cầm chiếc vợt đỡ những trái trật, hất trở lại cho cô làm tiếp. Diễn viên thứ hai móc ra một sợi dây hoa dài giăng ngang bốn chiếc cột thành nhiều vòng. Sao cái kho chứa tưởng như toen hoẻn lại có sức chứa dữ dội như vậy. Cô mời một anh tây còn trẻ ngồi ở ghế đầu cầm đầu dây rút ra. Sợi dây hoa chui ra tưởng như bất tận. Anh tây con khoái chí ra tay kéo. Khi hết sợi dây, cô ngồi xổm trước mặt anh tây đòi tiền boa. Anh tây hết vui, nhất định không chi tiền. Cô lầm bầm chửi thề tên keo kiệt. Ấy là tôi đoán thế vì cô nói tiếng Thái, tây có hiểu mô tê chi đâu.

Tiếp theo là màn bắn tên làm bể trái bong bóng do một cô khác thả lên phía trước. Diễn viên đứng ưỡn người, mũi tên cắm vào điểm chiến lược, vận nội công phóng ra. Trái bong bóng bể với tiếng nổ giòn giã gặt được những tràng vỗ tay của khán giả. Tiếp theo là màn khó dàn trời. Dùng nội công mở nút chai *coca*. Ấn người xuống chai *coca* dưới sàn, loay hoay một lúc, chiếc nút kim loại bật lên, hơi bọt trong chai sủi lăn tăn. Loài nhuyễn thể sao có thể hạ gục được chiếc nút sắt? Chuyện khó tin nhưng thấy rõ ràng trước mắt. Chính ra trong chương trình còn có màn cắt chuối nhưng sao không thấy trình diễn. Như vậy cũng may vì nếu coi màn này các ông sẽ bị ám ảnh suốt đời, rất hại cho sức khỏe tinh thần!

Màn cuối cùng là một màn…văn học. Đút cây viết lông vào bướm, diễn viên ngồi xổm trên một tờ giấy trắng. Nhấp nha nhấp nhổm, đưa qua đưa lại, tới lui một hồi, cô giơ tờ giấy có hàng chữ "*Welcome to Bangkok*" lên. Tôi nghĩ "tay" cầm bút phải kẹp khá chắc mới viết nổi ra chữ như vậy!

Tôi chỉ kể ra vài màn tôi còn nhớ được. Phục tài các cô nhưng cũng thương cảm cho thân phận thuyền quyên. Nghề ngỗng chi mà vất vả. Bướm mà đến thế thời thôi! Câu nhại Kiều bỗng nhảy ra trong tôi. Cụ Nguyễn Du tài thiệt!

Nhà thơ Bảo Sinh cũng tài. Ông cũng đi du lịch Thái Lan. Tới đất Phật, ông cũng thăm dân cho biết sự tình như tôi. Nhưng giỏi hơn tôi, ông đã nảy ra thơ.

Thái Lan lắm thuẫn nhiều mâu
Chùa chiền càng lắm, thanh lâu càng nhiều
Đạo Phật huyền bí bao nhiêu
Séch-xi lộ liễu cũng nhiều như nhau.

Chuyện chi bướm làm được thì vòi cũng làm được. Vòi tôi muốn nói tới là vòi voi. Trong một *show* trình diễn của

Voi đang vẽ.

voi tại Chiang Mai, tôi đã thấy voi dùng vòi kẹp cây viết để vẽ. Vẽ tranh đàng hoàng chứ không chỉ vẽ chữ. Không phải một mà năm chú voi vẽ cùng một lúc, mỗi chú vẽ một bức tranh riêng.

Các bác nài đặt trước mặt voi một giá vẽ trên có ghim một tờ giấy trắng. Hộp màu nước đặt bên cạnh gồm nhiều màu. Bác nài đưa một bút vẽ có chấm một màu cho voi quặp trên vòi. Chú voi ngắm nghía rồi đặt bút vẽ trên giấy. Ngọn bút lông nhỏ xíu nhưng chiếc vòi to tổ chẳng quặp giữ rất gọn gàng. Vẽ xong phần màu của cây bút, chú trả lại và bác nài đưa một cây bút màu khác. Chú lại chăm chú vẽ trên giấy. Tờ giấy so ra rất nhỏ với cái vòi. Vậy mà cái vòi quờ quạng đặt bút không sai nét. Tôi nghĩ chắc tài lắm chú voi cũng chỉ vẽ đại khái được những nét thô vụng như bản vẽ

Các "tác phẩm" của voi vừa vẽ xong.

của con nít. Nhưng khi voi hoàn thành bức vẽ bằng vòi, tôi thấy đó là những bức họa phong cảnh rất được mắt. Kể ra voi cũng có mắt nhìn của một họa sĩ dù mắt voi không được lớn. Mỗi chú voi được đặt một cái tên và chúng nhớ được tên mình. Khi hoàn thành bức vẽ, voi ký tên đàng hoàng lên "tác phẩm".

Những bức vẽ voi vừa hoàn tất được trưng bày cho khán giả coi, và rao bán với giá 1000 *baht* mỗi bức, khán giả đã dành nhau thỉnh hết. Người ta còn in những hình vẽ này lên áo thung và bán cho khán giả. Chẳng biết các tác giả tranh được chia chác ra sao. May ra chắc được vài khúc mía gặm cho đỡ buồn!

Voi hình như là thứ thú đại diện cho Thái Lan. Đâu đâu cũng thấy hình voi. Ngay trước dinh của quốc vương cũng

Một cảnh chùa cổ với tượng voi.

Một công trình sáng tạo của voi.

có tượng hai chú voi tổ chảng đứng chễm chệ phía trước. Có một điều tức cười là có một *tour* du lịch đi tắm voi. Du khách phải mặc đồ tắm, lội xuống nước, kỳ cọ tắm cho voi. Mất công, mất thời giờ tắm cho voi, du khách còn phải chi ra cỡ 1500 *baht* tiền công cho hãng du lịch. Đây là *tour* mắc nhất trong các *tour* tại Chiang Mai. Ngoài chợ, các đồ dùng, ví bóp, quần áo mang hình voi tràn đầy. Khi chúng tôi rời khách sạn tại Chiang Mai để trở về Bangkok, họ cũng tặng mỗi người một dây đeo chìa khóa lủng lẳng một chú voi nhồi bông nho nhỏ *technicolor* rất dễ thương.

3

Con voi nhỏ dễ thương trên chùm chìa khóa đã theo tôi về tới Montreal. Như một kỷ niệm của một nơi đã trở thành thân thương. Khách sạn Pastell nằm ngay tại phố cổ Chiang Mai là một khách sạn nhỏ. Chỉ có ba tầng lầu, mới hoạt động được tám tháng, gây cho khách cảm tưởng như một chốn quê nhà. Các nhân viên khách sạn luôn ân cần, miệng lúc nào cũng nở nụ cười. Khách sạn đãi khách khiến họ có cảm tưởng như không phải ở khách sạn. Tòa nhà và các trang thiết bị trong các phòng đều mới tinh và rất hiện đại. Tuy không hỏi nhưng tôi có cảm tưởng chủ nhân là người Nhật qua cách xây cất và trang trí. Gỗ mộc đánh bóng được dùng tại mọi ngóc ngách tạo vẻ ấm cúng. Cách xếp đặt trong từng phòng có phong cách tân tiến, giản dị nhưng mỹ thuật.

Khách sạn có dọn bữa ăn sáng miễn phí. Thường thì ăn sáng *free* của khách sạn là loại *continental breakfast* lưa thưa ít đồ nguội và sang nhất cũng chỉ có trứng và *hotdog* nóng.

Phía trước khách sạn Pastell ở khu phố cổ Chiang Mai.

Nhưng ăn sáng tại khách sạn Pastell khác xa. Các nhân viên phục vụ khách tại bàn. Mỗi khách được dọn một đĩa gồm trứng, *bacon*, xúc xích tùy theo chọn lựa. Ngoài ra còn cháo thịt nóng và các loại bánh mì và trái cây muốn dùng bao

Phía sau của khách sạn Pastell tại Chiang Mai.

nhiêu cũng được. Nước cam được bưng tới tận bàn, cà phê loại ngon và trà khách có thể dùng theo ý thích. Đúng là một bữa ăn sáng thịnh soạn như tại nhà hàng.

Cách phục vụ của nhân viên rất khác mọi khách sạn khác. Họ ân cần một cách đáng mến. Khi chúng tôi rời khách sạn, họ ra tận xe, chắp tay tiễn biệt và hẹn gặp lại. Nếu còn trở lại Chiang Mai chắc tôi không thể không trở lại nơi đây. Như trở về nhà!

Tại Chiang Mai có hai loại chợ đặc biệt: chợ đêm và chợ nổi. Chợ đêm có loại chỉ họp vào cuối tuần, có loại họp búa xua, ngày nào cũng…chợ. Tôi đã đi cả hai loại chợ này. Chúng chẳng có chi khác nhau. Đại khái gồm các gian hàng ăn là chính và các gian hàng bán quần áo, đồ kỷ niệm và các đồ gia dụng khác. Có chợ lộ thiên và chợ có mái vòm. Dân chúng coi bộ không đi chợ để mua mà để ăn. Các quán ăn đều đông nghẹt. Có một thứ mà các chợ chồm hổm bên lề đường không thấy có nhưng tại các chợ đêm thì nơi nào cũng có. Đó là hàng bán các thứ côn trùng nướng. Họ xâu thành từng xâu rất tiện vừa đi vừa ăn. Châu chấu, dế là chuyện thường. Ngày nhỏ tôi đã từng ăn qua. Nhưng bọ cạp và các loại bọ tôi không rõ tên cũng ê hề. Trông thấy ghê nhưng có những du khách người phương Tây cũng nhắm mắt thử cho biết. Tôi ít máu phiêu lưu nên chỉ trông thấy đã kính nhi viễn chi. Một du khách da trắng, không rõ quốc tịch, đã vừa nhăn vừa nhai, nói với tôi: "Đây là thứ thực phẩm tương lai của nhân

Bán côn trùng tại chợ đêm.

loại!". Ông này nói không sai nhưng thứ thực phẩm tương lai phải chế biến chứ không nguyên con nuốt trọng như vậy. Tại bảo tàng côn trùng *Insectarium* ở Montreal, tôi đã từng thấy có một máy bán các thực phẩm đóng bao được chế tạo bằng thịt côn trùng. Chúng được biến chế rất tinh vi và hợp khẩu vị. Hàng năm nơi đây còn tổ chức những bữa ăn côn trùng được chế biến thành *pizza*, mì và các loại món ăn khác. Sâu bọ ngày nay đã thành thực phẩm chống đói tại nhiều quốc gia trên thế giới. Sâu bọ chưa thể đánh bại được bò, heo, gà và các loại gia súc khác. Sâu bọ tại các chợ đêm chỉ là một món ăn…phiêu lưu cho các du khách thích của lạ.

Tại chợ đêm có nhiều nghệ sĩ mang các sản phẩm văn hóa của họ ra mại dzô. Tôi đã gặp một cô họa sĩ ngồi sáng tác và bán ngay tại chỗ các bưu thiếp và dây chìa khóa rất mỹ thuật. Tại một gian hàng bán ngọc và đá quý do một anh trung niên rất vui tính bán, tôi đã trò chuyện và bất ngờ được anh cho biết đã sang Việt Nam ở vài năm. Thoạt đầu tôi nghĩ anh theo đoàn quân Thái Lan đồng minh qua tham chiến tại Việt Nam nhưng với độ tuổi của anh, cuộc chiến xảy ra quá sớm. Anh cho biết anh là một thợ chạm gỗ và qua Việt Nam làm việc tại một ngôi chùa ở Nha Trang. Anh vui thích mở phôn tay khoe tôi những tấm hình anh chụp ở Nha Trang, chẳng phải chỉ chụp ở trong chùa! Ngôi chợ đêm này nằm sát một con lộ sầm uất và rộng mênh mông. Những mái vòm cao rộng tỏa ra bốn hướng. Lớ ngớ là lạc như chơi. Loanh quanh qua các sạp bán đồ, khi ra về, tôi đã lạc hướng. Dừng lại, định hướng, cố nhớ lại những lối vòng đã đi qua, lấy các sạp hàng làm điểm tựa, vậy mà phải một thời gian khá lâu tôi mới tìm được đúng hướng về.

Đi chợ nổi không vất vả như vậy. Xe chở tới một địa điểm bên sông, nơi bán vé thuê thuyền vào chợ nổi. Mỗi thuyền chứa được năm người. Thuyền cũng được trang hoàng rất hoa lá cành chẳng kém gì các xe *tuk tuk*. Mỗi mạng phải chi một ngàn *baht* cho một chuyến đi chợ sông nước dài một tiếng. Thuyền men theo con lạch, hai bên bờ là những quán hàng. Lúc đầu lơ thơ một vài quán nằm cách xa nhau. Họ bán chủ yếu là các tranh ảnh, mũ mãng, tượng, quạt và các đồ kỷ niệm cho du khách. Hàng chợ nên tôi thấy chẳng có chút mỹ thuật nào. Tới một cửa hàng, thuyền ghé bến cho khách coi. Nếu có người mua, họ dừng lại. Nếu khách làm thinh, thuyền sẽ tự động tách ra đi tiếp. Gặp những khu chợ, thuyền

Chợ nổi.

sẽ đổ khách lên và chờ tới khi khách xuống đủ số mới đi tiếp. Cuối cùng, thuyền mới tới nơi đô hội. Thuyền bán chen lẫn thuyền mua. Họ ép sát nhau, nhiều khi đụng nhẹ nhau. Có thuyền máy nhưng cũng có thuyền chèo tay. Hàng bán thường là trái cây và các món ăn. Bánh trái, kem dừa, kem sầu riêng, chè cháo cũng chen vai thích cánh rao mời ầm ĩ. Gặp món ăn phải dùng tới chén bát, du khách cứ tự nhiên ăn, không cần vội vã. Chén bát sẽ được nhà thuyền trả lại sau. Cảnh kẹt thuyền cũng trầm trọng như cảnh kẹt xe trên đường phố. Họ lách rất tài. Thuyền nào cũng có lối thoát sau một hồi lạng lách. Đi chợ nổi là một thú vui hiếm có. Du khách trên thuyền, nhất là các du khách tây phương trẻ tuổi, người nào cũng mặt mày rạng rỡ, giơ máy hình hay phôn tay chụp lia lịa. Người nào cũng muốn có một kỷ niệm của lối mua bán lạ lẫm này.

Rời sông nước, chúng tôi leo núi. Chiang Mai có ngọn núi Doi Inthanon cao nhất Thái Lan. Cao 2.565 thước trên mực nước biển. Trên độ cao này có dựng một tấm bảng trên có một dấu *scan*. Ai có điện thoại thông minh có thể *scan* dấu này để ra cái điều ta đã lên cao hết mức trên đất Thái Lan. Tôi dùng điện thoại *scan* ngay. *Scan* thành tích leo cao nhưng lòng xuống thấp hết mức. Vì thực ra tôi có leo chút nào đâu. Xe chạy vòng quanh con đường hình xoắn ốc quanh núi leo lên tới tận tấm bảng. Chỉ cần bước xuống xe và *scan*. Người ta toa rập nhau ăn gian. Tôi mang mặc cảm đồng lõa!

Trên ngọn núi này có một nơi mà du khách thường vãng lai. Đó là ngôi làng của người thiểu số Karen cổ dài. Khi tới, chúng tôi chạm vào một thực tế. Mỗi người phải mua vé vào

Bảng scan đã lên tới độ cao nhất trên ngọn núi Don Inthanon của Thái Lan.

cửa với giá 500 *baht*. Mua vé thì được nhưng chỉ coi mấy cái cổ dài làm chi mà hành hạ nhau tới 500 *baht*. Lúc đó nơi đây vắng tanh, không có bóng một xe chở du khách nào. Thấy chúng tôi lưỡng lự, bác tài cho biết có thể điều đình với giá 200 *baht*. Giá phải chăng vậy thì OK. Cô gái bán vé ngồi trơ trọi trong chiếc quầy nhỏ làm ngơ cho chúng tôi vào. Chẳng vé viếc chi. Vậy là họ toa rập với nhau chia số tiền của chúng tôi. Đây là cách làm ăn của các bác tài đón đưa du khách. Cũng phải có kẽ hở cho người ta làm ăn.

Đường lên núi gập ghềnh những bực thang đẽo gọt bằng đất. Hơi khó đi nhưng trời không mưa, không trơn trượt. Trèo một quãng, chúng tôi bắt gặp một khu nhà lá xập xệ. Trong mỗi căn là một cửa hàng bán các sản phẩm của bộ lạc. Người bán toàn là các bà các cô cổ đeo một chuỗi vòng cao nghều nghệu. Trên cổ tay, cổ chân, đầu gối cũng toòng teng những chiếc vòng màu vàng chóe. Họ không phải là bộ lạc sinh sống tại Thái mà trước đây định cư tại Miến Điện. Trong hai thập niên 1980 và 1990, họ bị chính phủ Miến Điện đuổi ra khỏi nước và chạy tới Chiang Mai.

Hiện nay, tại tòa án quốc tế La Haye, đang xử vụ nước Gambia, được sự ủy thác của 57 thành viên Tổ Chức Hợp Tác Hồi Giáo, kiện chính phủ Miến Điện vi phạm công ước chống diệt chủng nhắm vào người Rohingya. Bà Aung San Suu Kyi, một người đã từng được trao giải Nobel Hòa Bình, hiện là người đứng đầu chính phủ Miến Điện trên thực tế, đã phải tới La Haye, Hòa Lan, bèo nhèo như một tấm giẻ rách, để chống đỡ cho cuộc diệt chủng. Không biết những người Ragan phải bỏ bản làng qua sinh sống tại Thái trước mặt tôi đây có phải là những nạn nhân của cuộc săn đuổi diệt chủng này không. Xa bản làng bên Miến Điện, họ vẫn giữ chế độ mẫu hệ và phụ nữ vẫn mang những chiếc vòng cao cổ.

Tất cả các bé gái từ 5 tuổi đều phải bắt đầu mang vòng

Quang cảnh nơi bán hàng của các cô gái người Dran.

bằng đồng trên cổ. Cứ mỗi chu kỳ 4 năm, số những chiếc vòng trên cổ lại được thêm vào. Vòng nọ chồng lên vòng kia khiến chiếc cổ ngày càng phải dài ra. Khi đã đeo vòng, cổ của các bé gái không bao giờ được rời khỏi vòng. Họ quan niệm cổ càng dài, vẻ đẹp của người phụ nữ càng tăng thêm.

Cô gái trong cửa hàng ngay đầu đường nơi chúng tôi vừa trèo lên là một cô gái rất xinh xắn. Trông là có cảm tình ngay. Mọi người xúm vào vừa mua hàng vừa xin chụp hình với cô. Cô sẵn sàng đứng chụp dù với phái nam. Tôi cũng ghé mặt vào chụp sau khi mua một tượng gỗ người đàn bà với những chiếc vòng cổ. Cô nói tiếng Anh được. Tôi hỏi cô học tiếng Anh ở đâu, cô nở nụ cười tươi cho biết chẳng học ở đâu cả. Bán hàng cho du khách lâu ngày tự nhiên biết nói. Kể ra cô cũng thông minh. Tôi lân la hỏi và được biết sức nặng của chuỗi vòng cô mang trên cổ nặng tới 2 kí. Cô chỉ

Cô người Dran đeo vòng cao cổ dễ thương.

vào đống vòng trên chiếc sạp và cho biết cô sắp mang thêm cho đủ nặng tới 3 kí. Cô cũng cho biết là không bao giờ được cởi vòng ra kể cả khi ngủ. Cấn cái là cái chắc. Vậy mà cô có một bé gái khoảng 3 tuổi đang chơi bên cạnh. Cô cho biết là nhìn vào số vòng trên cổ người ta có thể biết số tuổi của người đàn bà đó. Tôi nhìn vào những chiếc vòng trên cổ của cô nhưng chịu không đoán được niên kỷ của người đẹp. Cô nói ngay, không một chút che giấu, là cô đã 32 tuổi. Trông cô trẻ hơn tuổi nhiều.

Gian hàng của cô, cũng như những gian hàng khác, gồm những chiếc áo, khăn choàng, túi vải làm bằng thứ vải do chính họ dệt tại chỗ. Cô gái ngồi dệt cho tôi chụp hình. Khung dệt bằng gỗ rất giản dị. Chất lượng hàng ở đây tốt hơn hàng bán tại các chợ đêm nhiều.

Dệt vải kiểu truyền thống.

Rảo quanh làng, tôi ngửi thấy mùi cà phê thơm phức tỏa ra từ một túp lều lụp xụp. Tôi tò mò ghé vào. Trước cửa có tấm bảng bằng chữ Thái nhưng cũng có một hàng tiếng Anh: *Coffee by Somsak*. Tôi bước vào và thấy ngay một cảnh đã từ lâu không thấy. Một người đàn ông đang dùng chiếc ống tre thổi cho lửa bùng lên dưới một ấm đun nước đen kịt. Bên cạnh chiếc bếp bằng kiềng ba chân còn để hai chiếc ấm móp méo khác lấy hơi nóng. Trên chiếc bàn gỗ bên cạnh là chỗ pha cà phê bằng vợt. Như cà phê bí tất của Sài Gòn xưa. Một vài ly cà phê được để sẵn mời khách nếm thử. Tôi với tay lấy một ly. Cà phê khá đậm, có mùi khét nhưng mang vị rất lạ. Thứ cà phê này được trồng và rang ngay tại chỗ. Từng bao cà phê được để sẵn cho khách mua. Khách lúc đó gồm phần lớn là người Tây phương. Nhưng

Nấu nước pha cà phê Somsak.

cũng có một ông người Việt. Hỏi ra mới biết ông từ Hà Nội qua du lịch Thái.

Tại Bangkok, dân chúng coi bộ cũng mê chơi xổ số như dân Việt ngày nay. Trên con lộ dẫn tới hoàng cung, tôi thấy một chợ xổ số trên lề đường. Cả trăm quầy bán vé số, bày ra nhiều loại vé. Có vé chỉ 2 *baht* nhưng cũng có vé tới 50 *baht*. Người bán người mua tấp nập. Không hiểu sao họ có nhiều loại xổ số như vậy. Chẳng biết có phải họ cũng có những loại xổ số của mỗi tỉnh thành như bên Việt Nam không. Những sạp xổ số có lẽ là những địa điểm được phép bán chính thức. Tại các gốc cây bên cạnh sạp, tôi thấy từng toán người ngồi bệt trên lề đường. Mỗi người đều có những chiếc túi đầy nhóc vé số. Họ thậm thụt mở ra đóng lại.

Xổ số, mại dzô!

Bán vé số chui.

Người mua người bán rầm rì bên cạnh nhau. Họ di chuyển khi có cảnh sát tới.

Cảnh sát Bangkok khá hiền hòa. Họ cũng dẹp những xe bán hàng trên lề đường nhưng cách dẹp của họ rất nhẹ nhàng. Trong một lần tôi đứng mua nước mía của một xe bán đồ giải khát và trái cây, cảnh sát tới. Anh bán hàng vẫn tiếp tục bán cho khách. Viên cảnh sát đứng bên cạnh nhỏ nhẹ bảo anh rời đi. Anh gật đầu nhưng vẫn tiếp tục bán. Khi hết khách anh mới tuân lệnh.

Dân Thái rất hiền hòa. Có lẽ đây là đất Phật nên con người cũng rất…Phật. Họ kính trọng các tu sĩ. Tôi đã thấy có những đoàn các vị sư đi khất thực được dân quỳ dâng thức ăn rất thành kính. Trong giao tiếp, họ khá thật thà. Tôi nhiều khi không quen với đồng *baht* nên có khi trả tiền, tôi đưa nguyên xấp tiền cho họ lấy. Vậy mà họ không bao giờ lấy dư. Có khi tôi trả tiền lớ quớ đưa lộn, họ trả lại với nụ cười.

Tiền của Thái tính bằng *baht*. Trước ngày đi, tôi đổi một số tiền tại Montreal. Một đô Canada được 21 *baht*. Khi đổi thêm ở Bangkok, một đô được hơn 22 *baht*. Đổi tiền ở Thái dễ dàng hơn tại nhiều nước khác. Chỗ đổi tiền ê hề. Ngay trước khách sạn tôi ở cũng có quầy đổi tiền. Trong các *shopping mall*, mỗi tầng lầu đều có quầy đổi tiền. Thường khi đổi, du khách phải đưa thông hành. Có nơi họ chỉ coi nhưng cũng có nơi họ làm *photocopy* lưu giữ lại. Quầy đổi tiền thường là của các ngân hàng. Mỗi nơi một khác. Một lần đang mua sắm ở *shopping mall* MBK, tôi hết tiền. Chạy ra quầy đổi, tôi không mang theo thông hành. Họ không đổi nhưng chỉ cho tôi lên tầng khác, chỉ cần đưa bằng lái xe cũng được. Theo lời chỉ dẫn, tôi tới và xuất trình bằng lái xe, họ đổi ngay. Hí hửng như được kẹo! Nhưng khi lên tầng lầu khác để ăn, một ông bạn cho biết vừa đổi tiền nơi quầy cạnh *food court*, chẳng cần giấy tờ chi, chỉ đưa tiền ra là họ đổi. Cục kẹo của tôi bỗng hết ngọt!

Những ngày đi chơi là thời gian hưởng hương vị ngọt ngào của cuộc sống. Tới Thái Lan tôi cảm được vị ngọt thấm đậm nhất. Ngọt từ trái cây qua chè Thái. Nhưng ngọt hơn cả có lẽ là tình người nơi đất Phật. Rời Thái, vẫn còn bám theo tôi ánh mắt của cô gái người Dran, cái thân tình của cô gái nơi khách sạn Pastell ở Chiang Mai và nhất là cái khép nép của cô gái Thái bán hàng quỳ trước tủ kính cầu nguyện vào một buổi sáng tinh mơ, khi cửa hàng vừa mở.

12/2019

CABANE À SUCRE,
đường ơi là đường

Montreal bây giờ đang mùa đông. Hàn độ đã xuống dưới không độ. Con số hiển thị mỗi ngày đều ôm cái dấu trừ phía trước. Tuyết khi rơi khi không. Sáng ngủ dậy, vén màn cửa, có khi chỉ thấy một màu trắng tinh, có khi mặt trời rực rỡ. Nhưng đừng vội mừng. Thời tiết mùa này rất điêu ngoa. Nắng là lạnh thấu xương, tuyết rơi là ấm. Nói chuyện thời tiết với mấy ông bạn bên Cali, ông nào cũng phục sao tôi có thể trụ được tới mấy chục năm trong…tủ lạnh như vậy. Người ta phải sống với bão thì mình phải sống với tuyết. Sống lâu thành thân cận. Dân Montreal, những ngày cuối năm này, có một cái thú là tiên đoán xem Giáng Sinh này có tuyết không. Phải *"white Christmas"* mới khoái. Noel mà cỏ vẫn xanh, buồn thối ruột. Buồn rồi trách ông trời năm nay không biết pha màu trắng chi cả! Cũng quen cả thôi. Giống như anh bạn tôi mê cô vợ vì cái mùi phát ra dưới cánh tay. Không có cái mùi thân thương đó tối không yên giấc. Khi cô vợ sanh con, chẳng biết máu huyết thay đổi sao mà cái mùi nồng cháy đó biến mất. Anh tiếc ngẩn tiếc ngơ. Dân Montreal tôi cũng vậy. Sống mãi với tuyết riết rồi ghiền. Sáng ra đào tuyết tới mướt mồ hôi mới lôi được chiếc xe ra, đường trơn trượt, lái xe lướt đi cứ như trượt *patin*, cực thấy mồ, nhưng cũng quen đi. Mùa Noel mà không có tuyết thì làm sao gân cổ lên "đêm đông lạnh lẽo Chúa sanh ra đời" được.

Thích tuyết hay không thích tuyết, ưa lạnh hay không ưa lạnh, qua ba tháng, mùa đông cũng phải qua đi, tuyết đã trở thành mùa tuyết xưa, mùa *cabane à sucre* tới.

Cabane có nghĩa là cái nhà nhỏ, túp lều hay chuồng nuôi súc vật, *sucre* là…*sugar*. Tôi gọi nôm na là cái tổ đường! Tỉnh bang Quebec chúng tôi có vô số *cabane*. Tới đâu cũng được, tới em em cám ơn. Tôi nói giùm các ông chủ *cabane à sucre* thôi. Tôi làm chi có cái tổ đầy đường và hái ra tiền này. Cuối tháng 2, khi mùa đông đang ở những ngày tàn thì mùa *cabane à sucre* bắt đầu và kéo dài tới cuối tháng 4. Thời gian này là thời gian những cây phong cho mật tốt và nhiều nhất. Đã là dân Quebec thì phải tới những nơi làm mật phong này. Dân ta khi mới chân ướt chân ráo tới nơi đây thường phải học các lớp tiếng Pháp cho người mới nhập cư, gọi

Quang cảnh một cabane à sucre.

là COFI, viết tắt của *Centre d'Orientation et de Formation pour les Immigrants.* Con em thì vào học những lớp *acceuil* (tiếp đón). Những di dân ngơ ngác cõi người này chắc chắn sẽ được đưa tới những *cabane à sucre* này. Vì đây là một trong những thứ làm Quebec thành Quebec.

Số tôi là số cực nên vừa qua là đi cày liền, chẳng học hành chi. Vợ con tôi đều được coi như dân Quebec trước tôi vì mới tới đã được leo lên những xe buýt vàng, thường dùng để chở học sinh đi học, tới *cabane* liền. Tôi thuộc loại tự do, ít hảo ngọt, nên chẳng thiết tha chi tới nơi đường ơi là đường này. Mãi vài năm sau, vui chân mới tới cho biết với người ta.

Đại khái là đi loanh quanh trong vườn phong coi cây nhả mật, coi người ta chế biến mật thành xi-rô, ăn kẹo *taffy*. Đó

Kẹo Taffy trên bàn tuyết.

là thứ kẹo làm bằng mật đã được chế biến trải trên những khay tuyết. Đây là một món đặc biệt chỉ tới *cabane* mới được thưởng thức. Từng miếng kẹo nhỏ cỡ hai ngón tay được dính vào một chiếc que. Mút kẹo này tôi thấy giống như ăn kẹo mạch nha hồi nhỏ bên quê nhà. Tóc rối đổi kẹo mạch nha là một trong những kỷ niệm nhớ đời của tuổi thơ tôi. Sáng sáng, các bà các cô các chị trong nhà chải đầu, từng sợi tóc dài rơi xuống đất. Chải xong, vo chúng lại thành búi, bỏ vào một chiếc hộp. Khi bà bán kẹo mạch nha tới, mang mớ tóc rối này ra đổi lấy kẹo cho con nít mút. Bà hàng lấy chiếc vá gỗ, móc từng lớp mạch nha, quệt vào một chiếc que như que kem. Mỗi đứa một que, vừa mút vừa cười với nhau, thần tiên cách chi! Ông làm kẹo *taffy* văn minh hơn bà bán kẹo năm xưa nhiều. Ông đứng sau một cái bàn phủ đầy tuyết trắng, trên xếp hàng thẳng tắp những chiếc kẹo vàng. Khi có khách, ông chỉ cần lấy một chiếc que, dính vào chiếc kẹo mật cây phong này, đưa cho khách. Khách thường là những cô cậu tuổi thời mạch nha của tôi, vừa mút kẹo vừa cười toe, vừa nhảy chân sáo. Khi trên bàn hết kẹo, ông bán hàng chỉ cần đổ xi-rô lên tuyết, nước xi-rô sẽ đông lại ngay tức khắc, sẵn sàng cho một mẻ kẹo khác. Cầm que kẹo trên tay, các cô các cậu tí hon chạy đi coi mấy con nai, con dê hoặc gà vịt, được nhốt trong những cái chuồng nho nhỏ, như một thứ sở thú *mini*. Bỏ ra vài đồng, đám trẻ nhỏ có thể ngồi trên lưng ngựa dạo chơi một vòng giữa những bậc cha mẹ vòng trong vòng ngoài đứng chụp hình.

Cái đinh của cuộc đi chơi *cabane à sucre* là bữa ăn chính. Trên những chiếc bàn dài trải khăn nhựa, thường là màu đỏ, lủ khủ những hũ to hũ nhỏ, trong đó nổi bật là những hũ chứa xi-rô phong. Các món ăn dọn ra đều dính tới cây phong. Bơ, bia, bánh ngọt, rượu, tất cả phát xuất từ những thân cây sừng sững cao ngất xung quanh. Cây nhà lá vườn cả! Món khá độc đáo nơi các *cabane à sucre* là món bánh lá phong. Những chiếc lá phong to, hình dáng đẹp được ướp muối trong một năm để lá mềm và khử mùi hắc. Sau đó lá được tẩm bột, đường, mè và nhiều gia vị khác, bỏ vào chảo chiên dầu khoảng 20 phút cho tới khi bánh có màu vàng ươm và mùi thơm ngan ngát. Khi ra về khách có thể mua xà bông phong, đường phong và, thường không thể thiếu được trong những kỷ niệm một chuyến đi chơi, xi-rô phong.

Cây phong có tên khoa học là *acer rubrum*, thân gỗ. Khi còn non có vỏ mịn, thân màu xám trắng. Càng già, phong cũng như người, da dẻ càng sần sùi hơn và có thể có vẩy trên mặt vỏ. Lá phong hình trái tim với ba thùy răng cưa nhỏ. Khoảng cách giữa các thùy nông và sắc nét. Muốn biết lá phong ra răng, cứ nhìn lên cờ của Canada khắc biết. Chiếc lá phong đỏ nằm chình ình chính giữa quốc kỳ. Lá phong rụng vào mùa đông. Trước khi lá rụng thì cây chuyển thành màu cam hoặc đỏ. Thú thật là tuy ở ngay đất cây phong nhưng chưa bao giờ tôi thấy hoa phong. Đó là loại hoa màu đỏ hoặc cam, mọc thành chùm và rũ xuống. Hoa cây phong có cấu trúc khá đặc biệt: có cây chỉ toàn hoa đực, có cây chỉ toàn hoa cái, lại có cây vừa có hoa đực vừa có hoa cái. Coi bộ cây cũng giống người: loại xăng, loại nhớt nhưng cũng có loại xăng pha nhớt! Hạt của cây phong ở độ tuổi bốn năm trở lên có thể dùng làm hạt giống được. Trái phong thường chín vào mùa hè cho hạt cũng màu đỏ. Cứ dính tới cây phong là có màu đỏ. Không biết có phải vì vậy mà quốc kỳ của Canada có màu đỏ và màu trắng không.

Canada được coi là xứ của cây phong nhưng đây là một sự tiếm quyền. Xuất xứ của cây phong là từ Á châu. Có tất cả 150 loại phong khác nhau nhưng chỉ có 13 loại phong phát triển tốt tại Bắc Mỹ. Trong số 13 loại này thì có tới 10 loại

Hình lá phong trên tiền xu Canada

Lấy mật cây phong.

thích hợp với Canada. Số cây phong được trồng tại Canada chiếm tổng số 65% diện tích rừng của cả nước đưa đất nước này trở thành nơi có nhiều phong nhất trên toàn thế giới.

Ngoài Québec, cây phong còn được trồng ở các tỉnh bang Ontario, New Brunswick và Nova Scotia. Thường thì phải mất cả chục năm cây mới cho nhựa. Mỗi mùa, người ta chỉ chiết ở mỗi cây khoảng từ 1 lít tới 1 lít rưỡi nhựa, khoảng chưa tới 10% nhựa của cây. Phải mất tới từ 30 đến 50 lít nhựa mới chiết xuất được một lít xi-rô. Mỗi năm Canada xuất khẩu số xi-rô trị giá hơn 145 triệu đô Mỹ. Riêng Québec chiếm tới 75% xi-rô xuất cảng của Canada. Tiểu bang Vermont bên Mỹ là nơi sản xuất xi-rô phong nhiều nhất ở Mỹ chỉ chiếm một sản lượng khiêm tốn là 5,5% của thế giới. Tiêu chuẩn xi-rô được mang nhãn sản xuất tại Canada khá khắt khe. Lượng đường *sucrose* phải chiếm 66% chất đường và chất liệu phải 100% từ cây phong.

Xi-rô *maple syrup* được dùng để thay thế đường hay mật ong. Xi-rô phong thơm ngon, tốt cho sức khỏe hơn các loại đường. Du khách tới Quebec hay dân Quebec đi chơi thường thủ ít chai xi-rô *made in Canada* này làm quà. Đây là món quà quý, không những vì phẩm chất, mà còn vì công sức bỏ ra khi vác đi theo. Trong va-li của khách di chuyển, nhất là di chuyển bằng máy bay, chúng chiếm một trọng lượng lớn. Của một đồng, công một nén! Thường xi-rô được chứa trong những chai có hình chiếc lá phong gồm nhiều kích cỡ khác nhau tiện cho khách chọn lựa. Tại Quebec, *maple syrup* không chỉ có ở các *cabane à sucre* mà có bán quanh năm tại tất cả các cửa hàng thực phẩm và siêu thị tại khắp các thành phố trong tỉnh bang.

Khách sẽ thấy có các chai xi-rô vàng hoặc tươi hoặc vàng sậm. Không phải thứ giả và thật đâu. Tất cả đều là thứ thiệt trăm phần trăm. Xi-rô được phân làm nhiều hạng. Hạng xịn nhất là hạng A. Lại có nhiều hạng A, thiệt rắc rối! Hạng A xịn nhất có màu hổ phách nhạt, tiếp theo là màu hổ phách sậm trung bình và hổ phách sẫm màu. Sau đó là hạng B màu sẫm đậm. Màu hổ phách nhạt thơm mát thường dùng để trên bàn ăn, quệt lên bánh mì, bánh sốp hoặc các loại hoa quả. Màu sậm có hương vị mạnh mẽ và đậm đà hơn.

Dân sành ăn phân biệt rất tinh tế giữa xi-rô phong và các loại mật và đường khác. Khi ăn *maple syrup,* có vị mùi khói vương trong miệng một thời gian dài. Đó là vì cách làm xi-rô phong. Sau khi lấy nhựa từ cây, người ta tinh chế nhựa bằng những bếp củi trong một gian nhà kín chỉ có ống khói trên mái. Mùi của củi, thường là củi phong, ướp vào trong

Chai xi-rô mật phong trong hình dáng lá phong.

xi-rô tạo nên hương vị đặc biệt này. Tôi đọc được trên mạng một *status* của một người Việt Nam ở trong nước mê xi-rô phong của Canada: *"Chẳng biết tự bao giờ, tôi bị mê hoặc bởi vị ngọt ngào đặc biệt của xi-rô lá phong. Hương vị thơm ngon, vẻ đẹp óng ánh như mật thực sự chỉ cần nghĩ đến cũng đủ khiến lưỡi tôi tứa nước miếng. Tôi được biết tới xi-rô lá phong qua chị Hân, người chị họ vài năm từ Quebec về thăm quê một lần. Chị thường mang tặng mọi người những lọ xi-rô lá phong màu hổ phách, ăn kèm bánh mì tuyệt ngon. Điều hấp dẫn tôi không chỉ vì vị ngon đặc biệt của nó, mà những cái chai xi-rô hình chiếc lá sao mà vi diệu! Nó khiến tôi tưởng tượng đến những rừng lá phong đỏ bạt ngàn của Canada. Chị Hân bảo, cây lá phong là biểu tượng của đất nước nơi chị đang sinh sống, mỗi mùa thu nó lại trải thảm đỏ trên những lối đi, đẹp vô cùng''.*

Phải cám ơn ông hay bà bạn vô danh này một phát. Cây phong đã nâng đất nước Canada của chúng tôi lên một vị trí siêu quần. Vừa phục vụ cái miệng, vừa làm đầy con mắt. Mùa xuân có xi-rô phong, có *cabane à sucre*. Mùa thu có những hàng cây lá đỏ lá vàng làm đất nước nổi cộm như là một nơi có màu lá đẹp như mơ. Nếu tôi là ông Trà Lũ, đồng bào và đồng hương nơi đất lạ của tôi, thì tôi đã ngợi ca đây là "đất thiên đàng". Ca xong mới thấy rét. Bộ mình đang ở thiên đàng rồi sao? Nghe như chết đi sống lại!

Thiên đàng đang bị cô Vi quậy nát. Từ đầu tháng 2 năm ngoái, cô bé khó thương này đã ra tay hoành hành. Mùa *cabane à sucre* năm 2019 đã èo uột. Đi chơi nơi làm xi-rô này, người ta thường đi từng nhóm. Có nhóm gồm các bạn học xưa, đồng nghiệp xưa như các hội cựu giáo chức, cựu sĩ quan các binh chủng, cựu sinh viên học sinh các trường xưa. Có nhóm gồm các bạn cùng cơ quan, cùng ngành, cùng dân chơi thể thao hay văn hóa. Nhưng đông nhất là các nhóm gia đình. Cứ hẹn nhau đi vui chơi chung nơi đất đường mật là vui hết biết. Người lớn vui, con trẻ cũng khoái. Năm ngoái đại gia đình tôi đã *book* chỗ trước nhưng cuối cùng đã phải hồi lại. Đại chi đánh đu với con vi khuẩn tinh quái. Những nhóm khách khác chắc cũng vậy. Đường tới *cabane à sucre* vắng vẻ. Chủ nhân các trang trại này bị một vố liểng xiểng. Năm nay cũng không khá hơn. Thường các chủ vườn phong phải sửa soạn từ đầu tháng 10 cho mùa *cabane à sucre* vào cuối tháng 2 năm kế. Tháng 10 họ thu hoạch củ quả để làm sốt cà chua *ketchup*, muối củ cải đường, làm các loại dưa. Bà chủ trại Josée Lafrance của hai trại La Grillade in Saint-Alphon-se-de-Granby và trại La Goudrelle in Mont-Saint-Grégoire, than van: "Chúng tôi phải sửa soạn rau củ khi mùa màng nở rộ. Chúng tôi phải gọt vỏ bằng tay và phải cắt và muối khoảng 2.700 kí củ cải đường cho kịp thời gian cây phong cho mủ nhựa để bắt đầu mùa đón khách". Rồi còn phải chất bánh trái, đồ hộp cho đầy tủ lạnh. Năm nay, đã tháng 12, mà tình hình vẫn tối tăm. Từ năm ngoái trại của bà đã thất thu bạc triệu. Đó là tình trạng chung. Tất cả các trại đã mất tới 90% doanh thu. Con số thống kê này do hiệp hội các nhà hàng và khai thác si-rô *Association des Salle de Réception et Érablière du Québec (ASEQC)* đưa ra.

Theo bài báo mới đây của ký giả Michel Saba, *"The Sugar Shack Collapse: Cabanes à Sucre Are Shutting Down at an Alarming Rate"*, được báo chí đăng tải vào ngày 12/12/2020, thì đã có tới 25% trong số 200 *cabane à sucre* tại Quebec đã đóng cửa hoàn toàn. Khoảng 25% khác chỉ sống nhờ sản xuất xi-rô. Những nơi còn bám trụ đang kêu gọi chính quyền trợ giúp sống qua ngày.

Nhưng suy thoái kinh tế là tình trạng chung của thế giới. Tỉnh bang Québec cũng rứa. Nhà nước lo sao cho xuể. Các bộ liên quan đến kỹ nghệ và du lịch của tỉnh bang cứ ầu ơ hứa bâng quơ. Chủ nhân các trang trại dĩ nhiên không vừa ý. Ông Frédéric Paiement, chủ trang trại L'Akabane ở vùng Lanaudière đã khôi hài đen: "Là một công dân Québec tốt có nghĩa là vỡ nợ. Cám ơn! Anh, chính anh, đang ở gần một con tàu, anh đang chết đuối. Thay vì ném cho anh chiếc phao, họ đã thảy vào anh một cục gạch!".

Cục gạch gây thương tích cho cả một nét văn hóa riêng biệt của Québec lẫn sức quyến rũ du khách của tỉnh bang. Tang thương cũng là một thứ dịch được chia đều cho mọi sinh hoạt của con người. Thôi thì cứ hy vọng khi thuốc chủng ngừa đã và đang được lụi vào cánh tay của mỗi người. Ngày mai trời lại sáng. Hy vọng vẫn là thứ thuốc tốt nhất của con người. Rồi những chai xi-rô quyến rũ của thứ cây phong vừa đẹp vừa hữu ích lại được du khách thích thú đóng vào va li, rồi những ngày hội *cabane à sucre* lại kéo được những con người sát vào nhau hơn. Những ngày nhộn nhịp sẽ tới. Thế giới sẽ hồi sinh. Cô Vi cô Vít sẽ quê một cục!

01/2021

NIAGARA FALLS, ai cũng biết

Biết là một chuyện mà quen là chuyện khác. Tôi quen Niagara Falls tính tới nay đã được 55 năm. Kể là lâu nhưng ăn nhằm chi với tuổi của…nàng. Cỡ chục ngàn năm. Nước tạo ra thác là từ băng hà Wisconsin tan ra, đổ xuống các hồ Algonquin, Chicago, Iroquois và Champlain Sea. Lượng nước đổ tại thác là 168 ngàn thước khối trong mỗi phút. Vậy mới biết cô nàng này là thứ dữ, nổi danh khắp thế giới.

Tôi biết thác Niagara khi coi phim *River of No Return* do

Robert Mitchum và Marilyn Monroe đóng. Phim được sản xuất vào năm 1954, đúng năm tôi cùng đồng bào miền Bắc khăn gói di cư vào Nam. Phim được chiếu tại Sài Gòn vào năm nào, tôi không nhớ rõ, chắc vài năm sau đó. Hồi đó đám trẻ chúng tôi ai cũng say mê cuốn phim được chiếu trên màn ảnh đại vĩ tuyến. Không biết tôi thích phim này vì cô minh tinh quyến rũ, ăn mặc sơ sài, chống trả với sóng gió trên con thuyền bé nhỏ, hay vì cái vĩ đại của ngọn thác. Thôi thì cứ nói cả hai cho vui vẻ cả làng.

Một cảnh trong phim River of No Return.

Quần thể được gọi là Niagara Falls gồm ba thác, là biên giới thiên nhiên giữa Hoa Kỳ và Canada. Phía Hoa Kỳ có hai thác American Falls và Bridal Veil Falls. Phía Canada có thác Horseshoe lớn và đẹp hơn hai thác kia. Vậy mới khổ thân tôi hồi đó.

Tháng 11 năm 1967, tôi tình cờ có mặt tại thành phố Buffalo bên Mỹ. Nói là tình cờ vì khi đó tôi đang tham dự một cuộc hội thảo chuyên ngành tại New York thì được bốc về Buffalo cùng các hội thảo viên đến từ nhiều nước khác nhau. Chuyện này là ngoài chương trình nên khá bất ngờ nhưng kể như rất may mắn cho các hội thảo viên. Buffalo chỉ cách Niagara Falls có 27 cây số. Vậy là mấy tên từng nghe danh Niagara Falls tụ nhau lại kiếm đường tới thác. Chuyện ngàn năm một thuở dễ chi bỏ qua. Hai cô người Ba Tây, một chàng người Nigeria và một người Việt Nam là tôi nhảy lên xe buýt trực chỉ thác. Coi thác bên phía Buffalo đã khoái chí tử nhưng cô người Ba Tây tên Christina, vốn hừng hực sức sống và đầy nét xông xáo, đề nghị băng qua cầu sang coi ngọn thác Horsehoe Falls đẹp nhất thế giới bên phía Canada. Vừa bước chân lên chiếc cầu biên giới, chúng tôi bị kỳ đà cản mũi. Đó là mấy ông nhân viên di trú gác cầu. Ông sếp săm soi sổ thông hành của từng người. *Visa* chỉ ghi tới Mỹ, không có Canada, không được…vượt biên. Cô bé Ba Tây vốn có dáng cao, mặt mũi sáng láng, giọng nói quyến rũ được cử làm thuyết khách. Cuối cùng "sắc bất ba đào" mạnh hơn dòng thác chảy bên cầu nên ông nhân viên di trú bị hạ gục cái một. Ông cấp cho một tờ giấy tạm cho phép qua biên giới nhưng phải trở về trong ngày. Vậy là bốn tên ngơ ngáo đi bộ qua cầu sang Canada. Trời vào tháng 11 xám xịt, bất phân ngày đêm. Chúng tôi mải miết ngắm thác. Mùa đông, thác vắng hoe, chúng tôi chỉ đứng trên đường lộ, ngắm thác ầm ầm đổ phía bên kia một khu công viên rộng lớn. Thiệt đáng công mạo hiểm để tận mắt chiêm ngưỡng vẻ đẹp hùng vĩ của từng khối nước mập mạp đổ xuống. Những tên mê thác, đến từ châu Á, châu Phi và Trung Mỹ, ngẩn ngơ quên giờ giấc. Tới khi thác lên đèn chúng tôi mới vội quay về. Giờ mới rắc rối. Mải ngắm thác, chúng tôi lạc…cầu. Xăm xăm bước lên một chiếc cầu trong màn đêm buốt giá, chúng tôi khoác tay nhau để giữ hơi ấm. Lên tới cầu, gặp nhân viên di trú, chìa ra mảnh giấy cho phép tạm, chúng tôi vấp phải bộ mặt nhàu nhĩ cau có. Ông già khó tính cho biết chúng tôi qua bằng chiếc cầu khác, không phải cầu này nên ông không chấp nhận mảnh giấy tạm này. Cô bé cao ráo người Ba Tây thuyết phục bằng đủ cách nhưng chẳng ăn thua chi. Ở độ tuổi sắp về hưu, ông được miễn nhiễm với nữ sắc. Chúng tôi từ tận đẩu tận đâu tới đất nước này, đi lạc là chuyện thường tình. Mà không lạc sao được, có tất cả 12 cây cầu nối liền hai đất nước, không lạc mới là chuyện lạ.

Chúng tôi lủi thủi quay lại Canada. Trời đêm lạnh như cắt da. Lạnh hơn nữa vì chúng tôi mặc không đủ ấm. Dân ở xứ lạnh mùa nào áo quần đó. Chúng tôi đến từ xứ nóng, thấy lạnh vội mua cái áo khoác trông có vẻ dày dày, coi bộ ấm. Nhưng đó chỉ là áo dùng cho mùa thu. Mặc vào mùa đông có mà chết rét. Tính lo xa cộng chút tiện tặn khiến chúng tôi… rét run. Mua cái thứ dày cộm về nước làm sao xài. Một núi tiền, vứt đi sao đành! Thứ áo mùa thu còn xài được nếu đi Đà Lạt. Vậy là khoác tay nhau cho ấm, chúng tôi gọi *taxi*. Cẩn thận dặn bác tài về Buffalo qua cầu vồng Rainbrow Bridge. Xuống xe, xem đồng hồ tính tiền. Con số 60 đô như trêu người, mỗi tên móc bóp chi 15 tiền. Đau hơn hoạn.

Nghe 15 đô tưởng ăn thua chi. Nhưng đừng mang thời

giá ngày nay so với thời đó. Ngày đó, ở nhà trọ Harnett Hall ở thủ đô Washington, gần tòa Bạch Ốc, mỗi tuần có 17 đô, còn thêm ăn sáng *free*. Ăn xong còn nhón thêm một trái táo đỏ au mang đi ăn bữa lỡ. Dân Mít ta cứ đất lành chim đậu, tụ tập ở đây đông nghẹt. Tôi ở cạnh ông Hùng Lân, hè về hè về ấm tình đồng hương!

Vậy là tôi đã không ước mà được, tận mắt ngắm ngọn thác mà mọi người đều mong ước được đặt chân tới. Dù đã gặp trường hợp bất như ý, lủng thêm miếng túi, nhưng vẫn vui ơi là vui. Chỉ thiếu chưa gặp được cô nàng Marilyn Monroe. Đóng phim xong cô tếch liền, sức mấy chờ chúng tôi vác thân tới.

Trời xui đất khiến thế nào mà 18 năm sau, tôi qua tỵ nạn tại Montreal, chỉ cách Niagara Falls hơn 8 tiếng lái xe. Qua tới nơi, tôi đã thấp thỏm đường xưa lối cũ trở lại thăm… nàng. Đường đi khó không phải vì ngăn sông cách núi mà ngại vì chưa có xe. Mua được chiếc xe hơi là tôi chở vợ con tới Niagara Falls.

Thác ngày nay đã khác xưa. Nói nịnh cô nàng ngày đêm cuồn cuộn chứ khi xưa tôi tới với thác vào mùa đông, lúc tối mò, biết chi đâu mà khác. Nay muốn đi phải nhằm vào mùa hè, có hai tuần ngơi nghỉ. Thác mùa đông nhất định phải khác thác mùa hè. Từ trên đường xuống thác là một công viên trải dọc theo thác, hoa chỗ này hoa chỗ kia, du khách nườm nượp đi lên đi xuống, máy hình lủng lẳng trên ngực. Tôi chạy ngược chạy xuôi, kiếm tìm những góc đẹp nhất mà bấm. Nàng Niagara Falls trẻ hơn, tươi hơn, mát mẻ hơn hồi xưa. Nắng chói hình như đã đánh thức nàng tiên dậy, xiêm

Cầu vồng vắt ngang thác.

áo lấp lánh hơn. Chiếc cầu vồng nhiều màu óng ánh như triều thiên trên đầu nàng công chúa rực rỡ. Nhớ tới chuyện chiếc cầu ấm ở ngày xưa, tôi tự hỏi phải chăng chiếc cầu vồng này đã khiến chiếc cầu chúng tôi vượt biên ngày xưa có tên Rainbow Bridge? Nước từng đợt theo gió tạt vào mặt như trêu ngươi đám du khách đang lặng người trước cảnh tuyệt đẹp của một nơi không dễ đặt chân tới. Nhà bán đồ lưu niệm nêm cứng người. Đủ các loại đồ kỷ niệm. Nhiều tiền có, ít tiền cũng có. Tôi có thói quen đi chơi đâu cũng mua về một chút kỷ niệm gắn trên cửa tủ lạnh. Ngày nay, thác Niagara nằm ngổn ngang trên cửa tủ lạnh trong bếp nhà. Chính những miếng thác này đã làm các khách từ xa tới thăm ngộ ra một điều: thác rất gần với Montreal. Anh em họ hàng, bạn bè thân hữu nhiều người nghe tiếng nhưng không biết Niagara Falls nằm ở đâu. Cái thác ai cũng biết này nằm mơ hồ tại một nơi nào đó, chắc ở…tiên cảnh! Khi nghe tôi nói thác gần xịt (hơi nổ!), ai cũng muốn ghé thăm. Vậy nên tôi lui tới thác như đi thăm…nhân tình. Mấy ông bạn ở Toronto như các ông Trà Lũ, Bắc Phong, Phan Ni Tấn chắc cười tôi thối mũi. Toronto mới đúng là gần xịt, chỉ một giờ lái xe là đã nghe thấy tiếng thác đổ.

Thường tôi hay thuê phòng khách sạn ở Toronto. Sau gần 6 tiếng đồng hồ ôm vô lăng từ Montreal tới Toronto, người cũng đã oải, tạm nghỉ một đêm để hôm sau tới thác sẽ thấy thoải mái hơn. Nhưng nếu người nào thích coi thác lên đèn vào ban đêm thì phải thuê khách sạn tại Niagara. Thường giá thuê phòng sẽ đắt hơn ở Toronto. Nhưng tại đây có nhiều nhà trọ khiến du khách có nhiều lựa chọn hơn. Dọc theo con đường bên thác, nhà trọ đủ loại đủ cỡ. Có thứ xịn, tiện nghi không khác gì các khách sạn sang trọng nhưng cũng có nhiều nhà trọ chỉ có tiện nghi tối thiểu. Dĩ nhiên tiền nào của đó nhưng tiền của những du khách chỉ cần chỗ ngả lưng sẽ từ túi chui ra một cách dè dặt hơn. Nhân tâm tùy mạng mỡ!

Tôi cũng đã nhiều lần coi thác lên đèn vào ban đêm. Những ngọn đèn chiếu từ những nhà đèn trên đồi cao đối diện với thác khiến thác lung linh hơn. Những ngọn đèn lồng vào bên dưới thác tạo nên một ánh sáng mờ mờ quyến rũ. Tôi nhìn thấy nơi luồng nước xòe xuống như một chiếc váy khổng lồ, đèn màu soi rọi từ trong váy ra lồ lộ hấp dẫn. Nói là hấp dẫn nhưng tôi không thích ngọn thác diêm dúa vào ban đêm. Nét giả tạo giết chết vẻ đẹp của thiên nhiên. Nhưng nếu không có đèn soi rọi vào ban đêm, thác tăm tối giấu mình, đâu có nhìn thấy chi. Chỉ có tiếng ầm ầm vang vang không

Thác lên đèn vào ban đêm.

ngừng nghỉ trong đêm tối om, khách du lịch sẽ nản, thành phố sẽ mất đi một nét quyến rũ du khách, các hoạt động kiếm tiền của thác sẽ khựng lại. Đồng tiền không ra khỏi túi du khách là những đồng tiền tiếc nuối của thành phố.

Niagara không chỉ là thác. Đây là một thành phố nhỏ nhưng nhờ thác mà nhộn nhịp, nhất là về đêm. Các dịch vụ vui chơi từ cờ bịch, hát hò đến ăn nhậu đầy rẫy ngoài đường phố cũng như trong cửa tiệm. Du khách, nhất là du khách trẻ hay già mà ham không thiếu kiểu chơi. Họ có chơi thâu đêm không, tôi không biết vì tôi chưa bao giờ ở ngoài đường tới quá nửa đêm!

Khách tôi đưa tới thác đến từ nhiều quốc gia. Chưa bao giờ con cháu Lạc Long Quân phát tán khắp nơi nhiều như ngày nay. Bạn tôi đến từ Úc, em tôi đến từ Mỹ, từ Pháp, cháu tôi tới từ quê nhà, tất cả đã được tôi lái xe tới tao ngộ với

Downtown thành phố Niagara Falls

thác. Vừa nhác thấy thác, ai cũng phải hít hà. Khi đặt chân đứng cạnh tháp, họ bấm máy hình lia lịa như chỉ sợ không ghi lại được đầy đủ giờ khắc để đời này. Thác động, hình tĩnh, làm sao nhốt được thác vào hình. Nhưng người ta có thể dễ dàng ghi lại những cuộn nước xối xả tuôn xuống liên tu bất tận bằng quay *video*. Thường khi đi du lịch, tôi trang bị cả máy hình lẫn máy quay *video*. Chiếc máy quay tôi mua từ hai chục năm trước rất xinh xắn, nằm gọn thon lỏn trong lòng bàn tay, tiện lợi vô cùng. Nhưng ngày nay, với sự phát triển và kiện toàn các loại phôn tay, du khách có thể vừa chụp hình, vừa quay phim chỉ với một chiếc phôn tay gọn nhẹ hơn nhiều.

Cô cháu tôi từ Việt Nam qua đứng ngây người khi thấy thác. Cô không bao giờ có thể ngờ được có ngày lại được thân cận với cái thác nổi tiếng khắp thế giới từ ngày nảo ngày nao này. Chiếc phôn tay của cháu tôi hoạt động hết cỡ. Hết chụp tới quay, hết góc này đến góc kia. Du khách chen chúc nhau đứng bên chiếc lan can cũ để thu vào máy những góc cạnh ưng ý nhất. Chuyện này thường không dễ dàng. Không dễ lấn được vào sát lan can cũng như không dễ để không chạm người này vướng người kia. Ngọn thác to đùng như thế làm sao nhốt hết được vào màn hình nên cô cháu tôi cứ loay hoay chạy lên chạy xuống tới đổ mồ hôi. Những tấm hình quý hóa này được *post* lên Facebook khiến cho bạn bè xuýt xoa chúc mừng với một chút ganh tỵ. Làm sao có thể tới đây được!

Năm 2006, nhạc sĩ Từ Công Phụng qua hát tại Montreal. Tôi dụ Phụng xuống Toronto văn nghệ văn gừng với buổi ra mắt sách của Luân Hoán, Hoàng Xuân Sơn và tôi. Đó là lần đầu tiên Phụng tới Toronto. Buổi văn nghệ ra mắt sách rất thành công. Ngày hôm sau, tôi lái xe đưa vợ chồng Phụng xuống Niagara thăm thác. Không biết Phụng đã tới thác lần nào chưa, tôi nghĩ là chưa. Rong chơi cận kề với thác chán chê, chúng tôi vào một nhà hàng ăn dùng bữa trưa. Nhà hàng nằm đối diện với thác. Leo lên *terrace* lộ thiên của nhà hàng, chúng tôi chọn một bàn phía trước. Dưới chiếc tán dù che nắng, chúng tôi ngắm thác nằm ngay trước mặt. Ngồi nơi đây, chúng tôi nhìn thác trong một khung cảnh khác. Thác hơi xa cách, trông nhỏ nhắn hơn, xinh gái hơn. Thác mở rộng trước tầm mắt, đám du khách như những chú kiến bu quanh và dưới thác, những chiếc tàu lui tới đang bị những đợt sóng xô mạnh văng bên này bên kia, có lúc nghiêng ngả như muốn chìm lỉm dưới bọt nước trắng xóa.

Những con tàu chứa đầy du khách mặc những chiếc áo mưa xanh hay đỏ mang tên *Maid of the Mist* chuyên chở du khách tới chân thác, ngắm sát sườn thác. Họ làm ăn rất khấm khá. Du khách thích cảm giác mạnh có thể bỏ vài chục đô để leo lên tàu. Công nương Diana của Anh, minh tinh Marylin Monroe, tài tử Brad Pitt và cả Chủ Tịch Liên Xô Mikhail Gorbachev đã từng trải qua cảm giác này. Đoàn tàu *Maid of the Mist* này có lịch sử rất lâu đời. Ngày 27 tháng 5 năm 1846, chiếc tàu đầu tiên đã hạ thủy nhưng không phải để chở du khách đi chơi khơi khơi như ngày nay. Nó là chiếc phà chở hàng hóa, người và thư từ qua sông Niagara. Chỉ ít năm sau, khi chiếc cầu treo đầu tiên được xây cất thì phà thất

Từ trái: Dược Sĩ Võ Thành Tân (Ban Tổ Chức), nhạc sĩ Từ Công Phụng, nhạc sĩ Trường Sa, Song Thao.

Maid of the Mist.

nghiệp. Chủ nhân của phà đổi qua làm dịch vụ giải trí cho đám du khách muốn cận kề coi thác.

Maid of the Mist được coi là đưa du khách kề cận với thác nhưng thân mật hơn nữa có con đường ngắm thác phía sau cột nước khổng lồ mang tên *"The Journey Behind the Falls"*. Tôi đã thấy Marylin Monroe men theo con đường này trong phim "River of No Return". Một chiếc thang máy chạy xuyên qua những hốc đá sâu xuống 38 thước sẽ chở du khách xuống con đường hầm dẫn ra khung cảnh ngoạn mục dưới chân thác. Du khách sẽ nhìn thác nước đổ xuống ngay trước mắt. Đứng đây chụp hình sẽ chộp được những cảnh thót tim đẹp lạ lùng.

Biết hai trò cưỡi tàu *Maid of the Mist* vào sát thác và

Cận kể thác với "The Journey Behind The Falls".

chui vào phía sau thác *The Journey Behind the Falls* là một thích thú để đời nhưng tôi chưa bao giờ mạo hiểm như vậy. Chẳng phải tôi yếu bóng vía nhưng tôi nghĩ gần quá sẽ dễ lộ ra những tì vết. Cũng giống như nhìn vào một mỹ nhân. Đứng xa xa thấy hấp dẫn hơn. Nếu bạn mắng mỏ tôi là chết nhát, bày đặt chuyện xa gần, thì có lẽ cũng không sai. Quả thực lá gan của tôi vốn không được lớn lắm. Sức mấy dám so với Marylin Monroe!

05/2022

Phiếm 10 (Nhân Ảnh, Toronto, Canada 2011)
       (In lần thứ hai - Nhân Ảnh, San Jose, 2016)
Phiếm 11 (Nhân Ảnh, Toronto, Canada 2012)
       (In lần thứ hai - Nhân Ảnh, San Jose, 2016)
Phiếm 12 (Nhân Ảnh, Toronto, Canada 2012)
       (In lần thứ hai - Nhân Ảnh, San Jose, 2016)
Tuyển Tập Truyện Ngắn Song Thao, Tập I
       (Nhân Ảnh, Toronto, Canada 2013)
       (In lần thứ hai - Nhân Ảnh, Toronto, 2015)
Phiếm 13 (Nhân Ảnh, Toronto, Canada 2013)
       (In lần thứ hai - Nhân Ảnh, San Jose, 2016)
Tuyển Tập Truyện Ngắn Song Thao, Tập II
       (Nhân Ảnh, Toronto, Canada 2013)
Phiếm 14 (Nhân Ảnh, Toronto, Canada 2014)
       (In lần thứ hai - Nhân Ảnh, San Jose, 2016)
Tuyển Tập Truyện Ngắn Song Thao, Tập III
       (Nhân Ảnh, Toronto, Canada 2014)
Tuyển Tập Truyện Ngắn Song Thao, Tập IV
       (Nhân Ảnh, Toronto, Canada 2014)
Phiếm 15 (Nhân Ảnh, Toronto, Canada 2014)
       (In lần thứ hai - Nhân Ảnh, San Jose, 2016)
Phiếm 16 (Nhân Ảnh, Toronto, Canada 2015)
Phiếm 17 (Nhân Ảnh, Toronto, Canada 2016)
Phiếm 18 (Nhân Ảnh, Toronto, Canada 2016)
Dấu Chân Lang Bạt I (Nhân Ảnh, Toronto, Canada 2016)
       (In lần thứ hai - Nhân Ảnh, Huntington Beach, Hoa Kỳ 2022)
Phiếm 19 (Nhân Ảnh, San José, Hoa Kỳ 2017)
Phiếm 20 (Nhân Ảnh, San José, Hoa Kỳ 2017)
Phiếm 21 (Nhân Ảnh, San José, Hoa Kỳ 2018)
Phiếm 22 (Nhân Ảnh, San José, Hoa Kỳ 2019)

Phiếm 23 (Nhân Ảnh, San José, Hoa Kỳ 2019)
Phiếm 24 (Nhân Ảnh, San José, Hoa Kỳ 2020)
Phiếm 25 (Nhân Ảnh, San José, Hoa Kỳ 2020)
Phiếm 26 (Nhân Ảnh, San José, Hoa Kỳ 2021)
Phiếm 27 (Nhân Ảnh, San José, Hoa Kỳ 2021)
Dấu Chân Lang Bạt II (Nhân Ảnh, Huntington Beach, Hoa Kỳ 2022)
Phiếm 28 (Nhân Ảnh, Huntington Beach, Hoa Kỳ 2022)

Nhà xuất bản NHÂN ẢNH
18366 Mapledale LN
Huntington Beach, CA 95678
U.S.A.
E-mail: han.le3359@gmail.com

Liên lạc với tác giả:
TẠ TRUNG SƠN
7805 Claire Fauteux, #1
Montréal, Qc.,   H1K 5B6 - Canada
Điện thoại: 514-354-5338
Cell: 514-916-5338
Email: tatrungson@hotmail.com